ఐదు కాళ్ళ మనిషి

శ్రీలంకకు చెందిన ప్రముఖ తమిళ రచయిత

ఎ. ముత్తులింగం

కథలు

D9900340

తెలుగు అనువాదం

అవినేని భాస్కర్

ఛాయ
హైదరాబాద్

AIDU KAALLA MANISHI

Tamil
A.Muthulingam
Telugu Translation
Avineni Bhaskar

© *Author*

First Edition: October, 2021
Copies: 500

Published By:
Chaaya Resources Centre
8-3-677/23, 202, KSR Granduer,
Srikrishna Devaraya Nagar,
Yellareddyguda, Hyderabad-73
Ph: (040)-23742711
Mobile: +91-98480 23384
email: chaayaresourcescenter@gmail.com

Publication No.: CRC-37
ISBN No. 978-81-954014-6-8

Book Design:
Kranthi, *+91-7702741570*

Printed at:
Printone Solutions
Mumbai – 400 703
Mob: +91 81089 00045

Sole Distribution:
Navodaya Book House
Kachiguda, Hyderabad
040-24652387, 9000413413
www.telugubooks.in

For Copies:
All leading Book Shops
https:/amzn.to/3xPaeId
bit.ly/chaayabooks

అనువాదానికి, అనువాదకుడికీ *సాయపడినవారు:*

అర్జున్, ఆష, చావా కిరణ్‌కుమార్, భైరవభట్ల కామేశ్వరరావు,
మాధవ్ మాచవరం, మానస చామర్తి, మెహెర్, సత్తెనపల్లి సుధామయి,
స్వాతికుమారి బండ్లమూడి, 'బెంగుళూరు బెమ్మరాచ్చసులు' కనిగిరి రామయ్య,
www.eemaata.com 'ఈమాట' తెలుగు వెబ్‌-పత్రిక.

అనువాదకుడి పరిచయం :

ఆంధ్ర-తమిళనాడు సరహద్దుల్లో తమిళనాడులోని, పళ్ళిపట్టు మండలంలో 1979లో జన్మించిన అవినేని భాస్కర్ మాతృభాష తెలుగే. అయితే తెలుగు బళ్ళు ఆ ఊళ్ళో అందుబాటులో లేకపోవడంతో అరవ మాధ్యమంలో చదువు సాగించారు. సాహిత్యాభిరుచి ఉన్న ఇంట పెరగడం వల్ల, ప్రాచీన, ఆధునిక తమిళ సాహిత్యానికి దగ్గరయే వీలు కలిగింది. తల్లిదండ్రుల దగ్గర తెలుగులో ఓనమాలు దిద్దినా, తెలుగు పుస్తక పఠనం మొదలెట్టింది మాత్రం ఇరవైరెండో ఏట ఇంటర్నెట్‌లో తెలుగు బ్లాగర్ల పరిచయంతోనే.

అన్నమయ్య కీర్తనల్లోని జాను తెలుగుకి ఆకర్షితుడై ఆతని కీర్తనలను విస్తారంగా పఠించి, విస్తృతంగా అధ్యయనం చేసి, యాభైకి పైగా కీర్తనలకు తనకు తోచిన రీతిలో వివరణలు రాసి బ్లాగ్‌లోనూ, సారంగ వెబ్ పత్రికలోనూ ప్రచురించారు.

2013లో తెలుగు అనువాద రచనలో కాలూనిన భాస్కర్, ఇప్పటివరకు 30 కథలు, 20 కవితలు, ఒక నవల అనువదించారు. అనువాదానికి లోతైన భావాలు, హేతుబద్ధమైన ఆలోచనలతో కూడిన కథలను ఎంచుకుంటారు. వైవిధ్యభరితమైన ఉత్తమ తమిళ కథా సాహిత్యాన్ని ఎక్కడా కృతకంగా అనిపించకుండా అనుసృజన చేస్తూ తెలుగు పాఠకులకు అందిస్తున్నారు. తమిళ మాతృకలోని సహజత్వం చెడకుండా తెలుగులోకి సూటిగా, స్పష్టంగా అనువాదం చెయ్యగలగడం భాస్కర్ బలం.

చదవడం, సంగీతం వినడం ఇతర హాబీలు. ఉద్యోగరీత్యా ఎలక్ట్రానిక్స్ చిప్ డిజైన్ ఇంజనీర్‌గా బెంగుళూరులో స్థిరపడ్డారు.

విషయ సూచిక

ముందుమాట

మానవత్వం మీద నమ్మకం కలిగించే కథలు

దాదాపు నాలుగేళ్ళ క్రితం ఈమాటలో 'టోరాబోరా వంట మనిషి' అనే కథ చదివేను. ఆ చిన్న కథ చివర్లో ఓ అమాయక వృద్ధుడి ఎర్రని దానిమ్మ పండులాంటి నవ్వు నన్ను చాలా కాలమే వెంటాడింది. తెలుగు తమిళ భాషలు రెండిట్లోనూ మంచి పట్టున్న భాస్కర్ వివిధ తమిళ రచయితల కథల్ని తెలుగు చేస్తున్నట్టూ, అవి "ఈమాట"లో వస్తున్నట్టూ తెలిసినా అవి ప్రచురితమౌతున్న కాలంలోనే నేను ఉద్యోగాలూ, ఊళ్ళూ మారడం వల్ల ఏవో ఒకటి రెండు కథలు తప్ప అన్ని కథలూ చదవలేకపోయాను. వాన వెలసిన ఓ ఆదివారం సాయంత్రం పాలక్కాడ్ పంటపొలాల మధ్య రోడ్డు మీద వెళ్తున్నప్పుడు అకస్మాత్తుగా రామయ్యగారు ఫోన్ చేసి భాస్కర్ అనువదించిన అప్పాదురై ముత్తులింగం కథలు ఛాయా నుంచి పుస్తకంగా వస్తోంది దానికి మీరు ముందుమాట రాయాలని అడిగారు. ఓ అంతర్జాతీయ కథకుడికి ముందుమాట అవసరమా అనిపించినా, ఈ అనుసృజనలన్నీ రెండు గంటల్లో ఏకబిగిన చదివేసినప్పుడు నాకు కలిగిన ఉద్వేగం మాత్రం పంచుకోవచ్చనిపించింది.

"దుమ్ములో ఆడుకునొచ్చి
నవ్వుతోందీ పాప
ఒళ్ళంతా దుమ్మంటుకుంది
నవ్వుకి మాత్రం అంటలేదు"

ఇస్మాయిల్ గారి "పాప నవ్వు" అనే కవిత నాకు బాగా నచ్చిన కవితల్లో ఒకటి. అలాంటి నవ్వు మళ్ళీ ఈ పుస్తకంలోని రెండు కథల్లో నాకు కనిపించింది. ఒకటి ముందే చెప్పినట్టు "టోరాబోరా వంటమనిషి". అతని జీవితంలో చెప్పలేనంత విషాదం ఉంది. అతని ఇద్దరు కొడుకులూ యుద్ధంలో చనిపోయారు. అతను

ప్రపంచంలోని ఏ ఒక్క భాషనీ చదవడం రాయడం చేతకానివాడు. చిన్నప్పటినుండీ చాకిరీ చెయ్యడం తప్ప ఏమీ తెలీనివాడు. అయినా ఇవేవీ పండిన జామపండులా పచ్చగా ఉన్న ఆ కళ్ళల్లోని వెలుగుని గానీ, ఎర్రగా పండిన దానిమ్మ పండులాంటి అతని నవ్వుని గానీ తాకలేదు.

రెండోది "ఐదుకాళ్ళ మనిషి" కథలోని హెలెన్ అనే ఆమె నవ్వు. ఆమె 13 ఏళ్ళప్పుడు చీపురుకర్ర చేతబట్టి పాచిపనులు చెయ్యడం మొదలుపెట్టి, 55 ఏళ్ళొచ్చినా అదే పని చేస్తోంది. చదివిస్తానని మాయమాటలతో కెనడా తీసుకొచ్చి ఇంట్లో పనిమనిషిగా వాడుకున్న పిన్ని, కష్టాల్లోకి నెట్టేసి అకస్మాత్తుగా వదిలేసిపోయిన భర్త, ఎవరో అమ్మాయిని పెళ్ళి చేసుకుని అమెరికా లేచిపోయిన కొడుకు – ఇలా జీవితంలో అనేకసార్లు మోసం చేయబడ్డా వాళ్లందరినీ క్షమించగలుగుతుంది. జబ్బుతో తిరిగొచ్చి ఐదేళ్ళుగా మంచం పట్టి ఉన్న భర్తని చూసుకుంటూ, ఎప్పుడైనా ఊడిపోగల జానిటర్ ఉద్యోగం చేసుకుంటూ, వెన్నునొప్పితో సతమతమౌతున్నా ఆమె ముఖంలో ఆ అందమైన నవ్వు మాత్రం చెక్కుచెదరలేదు!

"ఈ తలపు చెఱశాల ఏ ప్రేమమూ లేదు
ఈ కాటి దిబ్బల వెనుక ఏ దీపమూ లేదు
సన్నని తీగెలా ఎగబాకి చుట్టుకొను నొప్పికి
ఇక్కడే సాయమూ లేదు పాపా
నీ బేల ఆశలకు ఎదుట
ఏ న్యాయమూ లేదు
ఈ కటిక బలి బయలు
మనుగడొక కలవరం రజితా ఇది
నిశిరాత్రి గతిమాలి
తోవ తప్పిన సైన్యాల వెఱ్ఱి వెంపర పోరు
వట్టి నరఘోష."

కనకప్రసాద్ "భ్రంశధార" అనే కవితలోని కొన్ని పంక్తులు ఇవి. ఆ "తోవ తప్పిన సైన్యాల" అరాచకత్వం, "సన్నని తీగెలా ఎగబాకి చుట్టుకొను నొప్పి"నీ అత్యంత ప్రతిభావంతంగా చిత్రించిన "రేపు", "అహవి" కథలు కంటతడి పెట్టిస్తాయి. శ్రీలంకలో 1958 లో సింహళీయులు, తమిళుల మధ్య జాతికలహాలు చెలరేగినప్పుడు ముత్తులింగం అక్కడే ఉన్నారు. అల్లరి మూకలు ఇళ్ళకి నిప్పు పెడుతుంటే తలుపులు బిడాయించుకుని, ప్రాణాలు అరచేతిలో పెట్టుకుని ఎదురుచూశారు. సింహళీ అయిన ఇంటిగలాయన

కాపాడగా మూడు రోజుల తర్వాత పోలీసుల సహాయంతో శరణార్థి శిబిరానికి చేరి, వారం తర్వాత దేశాన్ని వదిలేశారు. బహుశా అందుకేనేమో "రేపు" కథలో "అదీ శరణార్థి కుక్కే. రిజిస్ట్రేషన్ కార్డ్ లేని కుక్క" అనే వాక్యం రాయగలిగారు. యుద్ధం లాంటి అంశాన్ని చిత్రిస్తున్నా ఎలాంటి మెలోడ్రామా లేకుండా సాగిన కథనాన్ని చూసి నేను చకితుణ్ణయ్యాను.

అయితే కేవలం యుద్ధ భీభత్సాన్నో పరాయీకరణనో మాత్రమే చిత్రించిన కథలు కావివి. పదే పదే ఒకే అంశాన్ని గురించి రాస్తే అది పల్చబడిపోతుందనే ఎరుక ఈ కథకుడికి ఉంది. ఈ పుస్తకంలోని పదిహేను కథల్లోనూ జీవితమంత వైవిధ్యముంది. భౌగోళికంగా కూడా ఈ కథల పరిధి చాలా పెద్దది. శ్రీలంక, పాకిస్తాన్, కెనడా, అమెరికా ఇలా వివిధ దేశాల్లో నడుస్తాయి. ఈ కథల నిండా మనుషులు. మనలాంటి మనుషులు. "వెలుగు" కథలో భార్య చావుబతుకుల్లో ఉన్నా పార్కింగ్ లాట్లో కారు వెతకడంలో ఒక అపరిచితుడికి సహాయపడిన వ్యక్తి, "భారం" అనే కథలో గూగుల్‌లో పేరు వెతికితే క్షణాల్లో పేజీలకొద్దీ వచ్చే అచీవ్‌మెంట్స్ కలిగి ఉండి, ఎన్నో దేశాల్లో ఎందరో అధికారులను గైడ్ చేయగలిగి ఉండీ, "ఈ భారాన్ని మోయలేకున్నాను" అనే సమాధి వాక్యం అనుభవంలోకి వచ్చి తలవంచుకుని కళ్ళనీళ్ళతో ఒక స్త్రీమూర్తి ముందు నిల్చున్న విమల్; "పూలగుత్తి ఇచ్చిన అమ్మాయి" కథలో ఎన్ని దరఖాస్తులు పెట్టినా సమాజం గీసిన పరిధుల్లో ఉండని కారణంగా ఉద్యోగం రాకపోయినా, కేవలం తన గోడు విన్నాడన్న కృతజ్ఞతతో దేశం విడిచిపోతున్న వ్యక్తికి పుష్పగుచ్ఛాన్నిచ్చిన అందమైన పాకిస్తానీ అమ్మాయి సైరా; "పవిత్ర" కథలో స్కిజోఫ్రీనియాతో బాధ పడుతూ లేని కూతురునీ, ఆమె సమస్యనీ ఊహించుకుంటూ ఆసుపత్రుల చుట్టూ తిరిగే మధ్యవయస్కుడు... ఇలా ఈ కథలన్నీ మనిషి కథలు. కన్నీటి కథలు.

మంచి కథకి కొన్ని లక్షణాలుంటాయి. కథకుడు ఉపన్యసిస్తున్నట్టో, పాత్రల్లో దూరి బిగ్గరగా చెప్తున్నట్టో కాకుండా చెప్పదల్చుకున్న విషయానికి తగిన పాత్రలను సృష్టించటం, తగిన సన్నివేశాలను కల్పించటం, పాత్రల అనుభవాల నుంచీ, వారి ప్రవర్తన నుంచీ తను ఉద్దేశించిన భావం పాఠకుడికి చేరేలా చెయ్యటం ముఖ్యం. ముత్తులింగంగారి కథనం సూటిగా సాగుతుంది. ఏదీ కృతకంగా ఉండదు. కథలన్నీ ఆయన దగ్గరగా చూసిన జీవితాల్లోంచే వచ్చినందువల్లనేమో వాతావరణ కల్పన కూడా చాలా అలవోకగా ఉంటుంది. గురుత్వాకర్షణ సుంకం కథలో "మేడమ్, ఒక మంచి ఆలోచనొచ్చింది. మన ఆకాశంలో చుక్కలు ఊరికే మిణుకు మిణుకుమంటున్నయి. వాటికీ ఏమైనా చార్జీలు వసూలు చేయవవచ్చేమో" అంటూ పదునైన వ్యంగ్యాన్ని ప్రయోగించారు.

అప్పటిదాకా కలిసున్న మనుషులు మధ్యలో ఒక ఊహా రేఖ గీయగానే అటూ ఇటూ చేరి కొట్టుకుచావడం మనం చూస్తున్నాం. "మ్యూజియంలో ఆయుధాల గది"ని చూసి, చంపడానికి ఇన్ని ఆయుధాల్ని సృష్టించిన మనిషి ప్రేమించడానికి ఒక్క ఆయుధాన్నీ సృష్టించలేకపోయాడని వాపోయిన ఇక్బాల్ చంద్ కవిత కూడా గుర్తుచేసుకోవడం ఇక్కడ అవసరం. అయితే లోకంలో ఇంకా నిన్నూ నన్నూ బతికిస్తున్న ప్రేమ మిగిలే ఉందనడానికి నిదర్శనంగా, ఎప్పుడో అరుదుగా ఇలాంటి కథలు చదవడం తటస్థిస్తుంది. ఇంత గొప్ప కథలు రాసిన ముత్తులింగంగారికీ, అసలు ఇవి నిజంగా అనువాదాలేనా అనిపించేంత గొప్పగా తెలుగు చేసిన అవినేని భాస్కర్‌గారికీ నమస్కరిస్తున్నాను.

పొరుగు భాషల్లో వచ్చిన మంచి సాహిత్యాన్ని తెలుగు పాఠకులకి అందించడంలో ఎప్పుడూ ముందుండే ఛాయా ఇప్పుడు మరొక గొప్ప కానుకని మన ముందుకు తెస్తోంది. ఈ అక్షరాల వెలుగులో సరిహద్దుల్లేని మానవ అంతరంగాన్ని వెతుక్కుంటూ ప్రపంచమంతా ప్రయాణించండి. Happy Journey!

మూలా సుబ్రహ్మణ్యం
పాలక్కాడ్, 3-10-2021
subrahmanyam.mula@gmail.com

రచయిత మాట

సముద్రపు తాబేలు తీరాన ఇసుకలో గుంత తవ్వి గుడ్లు పెట్టేసి వచ్చిన దారినే తిరిగెళ్ళిపోతుంది. సూర్యుడి వేడికి వెచ్చని ఇసుక పొదుగులో కొన్ని ఇడుగుతాయి, కొన్ని ఇడగవు. పిల్లలు తామంతట తామే నీటి వాసనని పసిగట్టి సముద్రంవైపుకు పరుగు తీస్తాయి. పక్షులు కొన్నింటిని పొడుచుకెళ్ళిపోతాయి. కొన్నింటిని మనుషులు పట్టుకెళ్ళిపోతారు. మరి కొన్నింటిని చిన్నపిల్లలు దొరకబుచ్చుకుని ఆడుకుంటూ ఉంటారు. మిగిలినవి నీటిని చేరుకుంటాయి.

నేను యాభై ఏళ్ళుగా నిర్విరామంగా కథలు రాస్తూ ఉన్నాను. రాయడం నా సహజ లక్షణం. తల్లి తాబేలులా నా కర్తవ్యం అవ్వగానే నా దారిన నేను వెళ్ళిపోతున్నాను. కథలు తమకు తాముగా మంచి పాఠకులను వెతుక్కుంటున్నాయి. ఆ వెదుకులాటలో కొన్నివారిని చేరుకుంటున్నాయి, కొన్ని దారిలోనే తప్పిపోతున్నాయి.

మంచిపాఠకులు దొరకడం అరుదు. ఎలాగో తెలీదు, నా కథలు శ్రీ అవినేని భాస్కర్‌ని చేరుకున్నాయి. నేను తమిళంలో రాసిన కథల్లో కొన్నింటిని ఆయన తెలుగులోకి అనువాదం చేసి పాఠకులకు అందించారు. ఇప్పుడు మిత్రులు శ్రీ రామయ్యగారు, 'ఛాయ' మోహన్‌గారూ పూనుకొని, ఆ కథలను పుస్తకరూపంలో తీసుకొస్తున్నారు. ఈ స్నేహితుల ముఖాలను నేను చూసెరగను. కనీసం గొంతైనా విని ఎరగను. ఈ సాహిత్యం పట్ల వారికున్న అభిమానంతో వాళ్ళంతట వాళ్ళే పుస్తకంగా తీసుకొస్తున్నారు. వాళ్ళకంటూ నేను చేసిందేమీలేదు. నా దగ్గరున్నది కృతజ్ఞతలు అన్న ఒక మాట మాత్రమే.

ప్రేమతో,

ఎ. ముత్తులింగం

కెనడా, 4 అక్టోబర్ 2021

amuttu@gmail.com, www.amuttu.net

పీఠిక

ఈ అరవ కథలను ఎందుకు తెలుగులో చదవడం?

సవాలక్ష కథా సంపుటాలలో ఇదీ ఒకటి.

గణతంత్ర భారతదేశ ఆవిర్భావానికి దశాబ్దకాలం ముందునుండి ఈ లోకాన్ని అవలోకిస్తున్న ఒక శ్రీలంక తమిళుడు వీటి రచయిత. ఆ రచయితకూ ఈ కథల తెనుగుసేతకూ నాలుగున్నర దశాబ్దాల కాలం ఎడం.

తమిళ భాషాసాహిత్యాల పట్ల భక్తిగలవాడు రచయిత. తెలుగు పదకవితా పితామహుని ఆరాధకుడు ఈ అనువాదకుడు.

దాదాపు రెండు దశాబ్దాలపాటు వివిధ ప్రపంచదేశాలలో నివసించిన, వివిధ జాతుల మనుషులతో మెలగిన అనుభవజ్ఞుడు శ్రీ అప్పాదురై ముత్తులింగం. బహుశా రకరకాల మానవ సమాజాలను కాస్త ఎత్తు నుండి చూడటం వల్లకావచ్చు చెబుతున్న కథలో ఆయన సాక్షాత్కరింపజేస్తున్నది గుండెను పిండివేసే సన్నివేశమయినా, చిత్రీకరిస్తున్నది చీకటి కమ్మిన జీవితమయినా, విషయం ఎంత తీవ్రమైనదైనా, ఆ చిత్రణ మీద హాస్యపు వెలుగులు ప్రకాశింపజేయడం ఆయనకు సహజసిద్ధమైన లక్షణం అనిపిస్తుంది – సృష్టిపై ఆ పైవాడి దృష్టివలెనే.

ఆ దృష్టీ పరిశీలనా అవగాహనా ఇందలి ప్రతి కథలోనూ కనిపిస్తుంది. ఆ చిత్రికలనూ హాస్యపు వెలుగులనూ రంగులుమారకుండా మసకబారకుండా పాఠకుల కందించాడు తెలుగుసేత అని ఈ కథలు చదివాక నాకు కలిగిన భావన.

ఈ కథల్లో అనువాదకుడు అవినేని భాస్కర్ ప్రయోగించిన కొన్ని సాధారణమైన మాటలు వాటి శబ్దంతోనే అక్కడి దృశ్యాన్ని మన ముందు నిలుపుతాయి. మచ్చుకు 'వరుసాగ్గా' అనే మాటలోని 'సా':

"దూరంనుంచి బళ్ళు వస్తున్నాయట వరుసాగ్గా!"

"... పూజా భట్, శ్రీదేవి, నీలమ్ అని అప్పట్లో పాకిస్తాన్‌లో కూడా ప్రసిద్ధులైన నటీమణులందరూ అక్కడ వరుసగా వాడికోసం వేచివున్నారు."

"అటూ ఇటూ చూసి 'అవస్థగా' పెదవులు రాసుకుంటారు" – అంటాడొకచోట. అవస్థగా అనే మాట వాడకం చూడండి.

ఒక కథలో ఒక పక్షి వేగంగా వచ్చి ఓ గాజు కిటికీని గుద్దుకుని చచ్చిపోతుంది– వెల్లడి ప్రాంతమనుకుని. మరో విశేషం ఏమంటే, "పూవు రేకులు రాలినట్టు దాని ఈకలు రాలి గాలిలో ఎగిరాయి. అది 'మోదుకున్న' చోట గాజుపైన గుండ్రంగా, తెల్లగా మరక." ఎర్రగా కాదు మరక, తెల్లగా. ఇదీ రచయిత స్వీయానుభవం. వెల్లడి– మంచి తెలుగు మాట.

నాటకీయతకు కల్పిత ఉత్కంఠకూ దూరంగా, నిజానికి అతిదగ్గరగా చిత్రించబడిన ఈ కథల్లోని పాత్రలూ ప్రాంతాలూ ఎక్కడెక్కడివో! శ్రీలంక, కెనడా, పాకిస్తాన్, దక్షిణాఫ్రికా, అమెరికా దేశాలు, ఓ గ్రీకు వనిత చెప్పే కథ, సందర్భానుసారంగా ఆమె చెప్పే గ్రీకు సామెత, మరో చోట ఓ ఆఫ్రికా సామెత, ఓ ఆఫ్ఘాన్ అమాయకుని మాట, ఓ అమెరికా దేశ నిర్మాత చెప్పిన మాట... వైవిధ్యభరితం ఈ కథా సంకలనం. ఈ కథలన్నిటికీ సర్వసాక్షి శ్రీ ముత్తులింగం – కథకుడిగా.

ఈ కథల్లోనివి ఎంతో వైవిధ్యమున్న పాత్రలు. నుస్రత్ ఫతే అలీఖాన్ కచేరీని దర్శించలేకపోయానని ఏడ్చే ఓ పేద కళారాధకుడి పాత్ర, ఆత్మాభిమానాన్ని ధరించి ప్రదర్శించే శక్తి లేని పాత్ర. అందగత్తెగానో జాణగానో కాక సాటి మనిషిగా తనను చూసినందుకే కృతజ్ఞతతో నిండిపోయిన పాత్ర. క్రీ.శ. తొంభైల నాడు కథలు రాసిన శ్రీలంక తమిళుడు తాకక తప్పని పాత్రలనూ చూడవచ్చునిక్కడ. పాకిస్థాన్‌లో భారతీయసినిమా తారల తళుకుల గురించీ పాటల మోత గురించీ ఒక లంకేయుని కథలో ప్రస్తావన. పెషావర్, ఇస్లామాబాద్‌ల సూక్ష్మ వర్ణన. సామాన్యంగా ఒకేచోట దొరకనివివి.

రచయిత చేసిన కొన్ని పరిశీలనలు చూడండి:

"పాకిస్తాన్లో మామూలుగా మాట్లాడేప్పుడు ఉర్దూలో మాట్లాడుకుంటారు. ఎవరినైనా తిట్టాలనుకుంటే మాత్రం పంజాబీ అందుకుంటారు. ఎందుకంటే పంజాబీ తిట్టడానికే సృష్టించబడిన భాష అన్నది వాళ్ళ అభిప్రాయం."

"నాకు మాత్రం తిల్లానా మోహనాంబాళ్ సినిమాలో సింగపూర్ జమీందార్

బంగ్లా ముందు శివాజీగణేశన్ నాదస్వరం వాయించిన దృశ్యం గుర్తొచ్చింది.”

“అక్కడ నివసించే పిల్లలందరూ నాగరికులు. వీధిలో పడిన వాటిని ఏరుకునే స్వతంత్రం లేదు వాళ్ళకు.”

ఇందలి కొన్ని కథాంతాలు ఓ హెన్రీ కథల ముగింపుల కు ఏమాత్రం తీసిపోనివి. ఒకో ముగింపు ఒకో భావాన్ని కలుగజేసి నిలుపుతుంది. నిదానంగా ఆస్వాదించండి.

పుస్తకరూపేణా ఈ కథలు బయల్పడక ముందు, సుమారు నాలుగేళ్ల క్రితం అనుకుంటాను, ఈ కథలు చదివి, అవినేని భాస్కర్ వీటి అనువాదకుడని తెలిసి ఆనందించి, అభినందించాలనుకుని మరచిపోయాను. ఇప్పుడు మళ్లీ చదువుతూ ఈ అవకాశం వచ్చినందుకు కృతజ్ఞతలు తెలుపుకుంటూ ఒక్కో కథనూ ఆస్వాదించాను.

ఇక మీ వంతు.

రానారె

బెంగుళూరు, అక్టోబర్ 2021

iamramuhere@gmail.com

రేపు

ఆ స్థలమంతా ఒక్క క్షణంలో హడావిడిగా మారిపోయింది. 'లే, లే' అని పెద్దోడు తొందరపెట్టాడు. చిన్నోడు అలసిపోయి నిద్రపోతున్నాడు. వాణ్ణి ఆ స్థితిలో వదిలిపెట్టి వెళ్ళడానికి వీడి మనసొప్పుకోలేదు.

"దూరంనుంచి బళ్ళు వస్తున్నాయట వరుసాగ్గా!" ఎవరో అరుచుకుంటూ వచ్చారు. నీకు కనిపించాయా అని అడిగితే తను చూడలేదని, మరెవరో చూశారనీ చెప్పాడు. జనం అన్ని దిక్కులకీ పరుగులు తీశారు. ఎక్కడికక్కడ బారులు కట్టి నిలుచుండిపోయారు. మళ్ళీ కాసేపటికి నిరాశపడి వరుసల నుండి చెదిరిపోయారు.

మళ్ళీ ఎవరో గొంతెత్తారు. "ముందు చూసిందెవరో చెప్పండి. నిజంగానే బళ్ళు వస్తున్నాయా? సరదాలాడుకోడానికి ఇది సమయం కాదు! బళ్ళు ఏవైపు నుండి వస్తున్నాయో కాస్త చూసి చెప్పండి."

ఒక బక్కపాటి ఆడమనిషి నలుగురు పిల్లల్ని వెనకాలే ఈడ్చుకుంటూ ముందుకు వెళ్ళింది. వాళ్ళ చేతుల్లో పెద్ద పెద్ద గిన్నెలున్నాయి. ఆమె అన్నీ ముందుగా ఆలోచించుకుని తగిన ఏర్పాట్లు చేసుకునే వచ్చినట్టుంది.

పెద్ద పటాలం ఏదో వెళ్ళినట్టు ఆమె వెళ్ళగానే వెనుక ఒక ఖాళీ ఏర్పడింది. ఆ ఖాళీలోకి చేరుకుందామని పెద్దోడు పరుగెట్టి వెళ్ళేసరికే అది మూసుకుంది.

పైన హెలికాప్టర్లు చక్కర్లు కొడుతున్నాయి. వాటిలో అమర్చిన తుపాకులు మౌనంగా ఊగుతున్నాయి. హెలికాప్టర్ పంకాల హోరు 'చావు, చావు' అన్న శబ్దానికి దగ్గరగా ఉన్నట్టు తోచింది. పెద్దోడు తన కన్నవాళ్ళని ఒక క్షణం తలచుకున్నాడు.

ఇప్పుడు బళ్ళు వచ్చేశాయని అందరికీ స్పష్టంగా తెలిసిపోయింది.

పెద్దోడు వేసుకున్న వదులైన ఓవర్‌కోటు పట్టుకుని చిన్నోడు పరుగెట్టాడు. ఎక్కడ పెద్దోడు తనని వదిలేసి వెళ్ళిపోతాడేమోనన్న భయం వాడి ముఖంలో కనిపిస్తోంది. వాడి ముక్కుల కింద ఎండిపోయిన చీమిడి, మూడు రోజులుగా అలాగే అంటిపెట్టుకుని ఉంది.

పెద్దోడు తన చేతిలో సొట్టలు పడ్డ డబ్బాని గట్టిగా పట్టుకునున్నాడు. డబ్బాకు పడ్డ చిల్లుల్ని వాడే పూడ్చుకుంటాడు. వాడి వయసు పదకొండేళ్ళకంటే ఎక్కువుండదు. చిన్నోడికి ఆరేళ్ళుండచ్చు. ఆ పిల్లలిద్దరూ ఆ జనసముద్రంలో తేలుతున్న రెండు చిన్న ఆకుల్లా అటూ ఇటూ అల్లల్లాడుతున్నారు.

ఇంతలో అక్కడికి బాగా బలిసివున్న భీకరాకారుడొకడు వచ్చాడు. కిందవాళ్ళ మీద నిర్దాక్షిణ్యంగా అధికారం చెలాయించడానికి అలవాటుపడిన ముఖం. నల్లరంగులో పెద్ద ఓవర్‌కోటు, బెల్టు, టోపీతో ఉన్నాడు. చేతిలో ఒక కర్ర పట్టుకుని తిప్పుతూవున్నాడు. కరకుగొంతుతో ఏదో అరుస్తున్నాడు అప్పుడప్పుడూ. వాడేం చెప్తున్నాడో ఎవరికీ అర్థం కాలేదు. అయినా ఆ జనసమూహమంతా వాడి ఆజ్ఞలకి కట్టుబడింది.

ఇంతలో ఉన్నట్టుండి జనం పోటెత్తినట్టు ఒక వైపుకి నెట్టబడ్డారు. ఆ పెద్ద అలలో పెద్దోడి పట్టు కాస్తా సడలిపోయింది. జనాలు ఒకర్నొకరు తోసుకుంటూ వెళ్ళారు, కొండను కొట్టి తిరిగిపోతున్న అలలా. చిన్నోడు "అన్నా, అన్నా..." అంటున్న అరుపులు వినిపించినా పెద్దోడు వాడిని చేరుకోలేకపోయాడు. ఆగని జనాలతోపుడు వాణ్ణి లాక్కుపోయింది. ఇప్పుడు చిన్నోడి అరుపులు వినిపించట్లేదు.

చిన్నోడు అదే చోట ఉండకుండా ఏడుస్తూ అన్నను వెతుక్కుంటూ నడుస్తున్నాడు. ఇద్దరూ ఒకర్నొకరు వెతుక్కుంటూ వేర్వేరు దిక్కుల్లో వెళ్తున్నారు. అప్పుడు ఒక అధికారి వచ్చి చిన్నోడి చేయి పట్టి లాక్కుపోయి ఒక డేరా ముందు నిలబెట్టాడు. వాడు అక్కడే ఏడుస్తూ ఒక అర్ధగంట నిల్చున్నాడు.

చివరికి ఆ అధికారి వాడి అన్నతో తిరిగివచ్చాడు. వీడు పరుగున వెళ్ళి అన్నను వాటేసుకున్నాడు. పెద్దోడు వాడి జుట్టు దువ్వుతూ అలా కాసేపు ఉండిపోయాడు. తలలో గుండు తగిలిన మచ్చ కనిపించింది. అక్కడ జుట్టు మొలవలేదు, పెద్ద బిళ్ళలా ఉంది. పెద్దోడి కళ్ళలో నీళ్ళుతిరిగాయి. ఎవరూ చూడకుండా మోచేత్తో తుడుచుకున్నాడు.

తీరుతెన్నూ లేకుండా కొత్తగా కొన్ని వరుసల్లో నిలబడున్నారు జనమంతా. పెద్దోడు పరుగున వెళ్ళి ఒక వరుసలో నిలబడ్డాడు. మాటిమాటికీ వెనక్కి తిరిగి

చూస్తున్నాడు. వరుసలో తన వెనక జనాలు చేరేకొద్దీ కొంచం కొంచంగా నెమ్మదించాడు. అందరూ పెద్దవాళ్ళే. వీడు వాళ్ళ నడుందాకే ఉన్నాడు. వాళ్ళు హడావిడిలో అటూ ఇటూ తోసుకున్నప్పుడు వరుస నుండి బయటపడకుండానూ నలిగిపోకుండానూ ఉండటానికి ప్రయత్నించాడు.

పెద్దోడు మాటిమాటికీ చిన్నోడికేసి చూస్తున్నాడు. వాణ్ణి కదలకుండా అక్కడే ఉండమని హెచ్చరించాడు. ముందే చిన్నోణ్ణి వరుసలో నిల్చోబెట్టకుండా కంచె పక్కన కూర్చోబెట్టాడు. అక్కడ కొంతమంది పిల్లలూ ముసలివాళ్ళూ ఉన్నారు. చిన్నోడు పడుకునున్న ముసలోళ్ళని ఆజమాయిషీ చేస్తున్నట్టు వాళ్ల చుట్టూ తిరుగుతున్నాడు.

ఒక చిన్నపాప గుడ్డ బొమ్మని చేతిలో పట్టుకుని కూర్చుని వుంది. ఆ బొమ్మకు ఎర్రటి జుత్తూ నల్లటి పెద్దపెద్ద కళ్ళూ ఉన్నాయి. వీడు దగ్గరకెళ్ళి ఆబగా చూశాడు. ఆ పాపకి అది నచ్చలేదు. బొమ్మని తనకేసి అదుముకుని పరుగెత్తి వెళ్ళిపోయింది. వీడికి నిరాశగా అనిపించింది.

వరుస చిన్నగా కదులుతోంది. ఈ రోజు కచ్చితంగా మాంసం దొరుకుతుందని చిన్నోడికి చెప్పాడు. వారం రోజులుగా ఇదే చెప్తూ వస్తున్నాడు. ఇక వాడు తాళలేడనిపించింది. ఈ రోజైనా దొరికితే బాగుండని పెద్దోడు కోరుకున్నాడు.

వరుస తన వెనక ఎంత పొడుగుందో ఓ సారి తిరిగి చూశాడు. వాడికి కనిపించనంత దూరం సాగివుంది. వాడు ఆనందపడ్డాడు. తనకు ముందు కేవలం ఇరవైమందే ఉన్నారు. వాడి వంతు ఇంకాసేపట్లోనే వచ్చేస్తుంది.

చల్లటి గాలి మొదలైంది. అది ఈదురుగాలి కాకుంటే బాగుండనుకున్నాడు. సూర్యుడు ఈరోజు సెలవు తీసుకున్నాడేమో, అసలు కనిపించనేలేదు! కాళ్ళకున్న పాత సాక్సుల నిండా చిల్లులే. అవి చలినాపవు. లాగి కప్పుకున్న ఓవర్‌కోట్‌ను దాటుకుని చలిగాలి పొట్టని తాకుతోంది.

వాళ్ళ అమ్మలా ఉన్న ఒకామె తలకి స్కార్ఫ్ కట్టుకుని పెద్ద పెద్దబుట్టల్లో నుండి రొట్టెలు పంచుతోంది. ఆమె చేతులూ వేళ్ళ చివరి గోళ్ళరంగూ అమ్మను గుర్తుచేశాయి. ఆమె, తన పక్కన నిల్చున్నవాడితో ఎంతో దర్పంగా, నమ్మకంగా అధికారిలా మాట్లాడుతోంది. ఆమె పెద్దోడికి బాగా నచ్చింది. ఆమె పక్కనున్నోడు, వేడి వేడి సూప్‌లో గరిటె ముంచి పోసే పనిని శ్రద్ధగా చేస్తున్నాడు. జనాలు రొట్టె అందుకున్నాక సూప్‌ను డబ్బాలోనో గిన్నెలోనో పోయించుకుంటున్నారు. కొందరు తీసుకున్న వెంటనే రుచి చూస్తూ కదులుతున్నారక్కణ్ణుంచి.

పెద్దోడు ఒక రొట్టె తీసుకుని కోటు లోపల పెట్టుకుని సూప్ పోసేవాడి వైపుకి అడుగు వేశాడు. వెంటనే ఒక మీసాలోడు రిజిస్ట్రేషన్ కార్డ్ చూపించమని అడిగాడు. పెద్దోడు ఇచ్చాడు. 'ఏయ్, ఇక్కడ్రా! ఇక్కడ్రా! ఎలా వచ్చావు లోపలికి? ఇది ఇక్కడ చెల్లుబాటు కాదు.' అన్నాడు. పెద్దోడు సూపోయించుకోడానికి డబ్బాని సిద్ధంగా పట్టుకుని మీసాలోడి వైపు దీనంగా చూశాడు. మీసాలోడు కార్డ్ తిరిగి ఇస్తూ, 'సరే పో, ఇకనుండి ఇక్కడికి రాకు.' అన్నాడు.

పెద్దోడి ధ్యాసంతా సూప్ పోసేవాడి మీదే ఉంది. వాడు ముంచి పోసేప్పుడు ఏమైనా మాంసం ముక్కలు వస్తాయా అని పరీక్షగా చూశాడు.

వీడికి ముందున్న పెద్దాయన, 'నీకు పుణ్యముంటుంది, గరిట లోపలికి పోనిచ్చితియ్యవయ్యా' అన్నాడు. పోసేవాడు అలానే గరిట లోపలికి తిప్పి ముంచి పోశాడు. పెద్దోడి వంతొచ్చింది. వీడు కూడా, 'అన్నా! బాగ తిప్పి కింద నుండి ముంచి పొయ్యన్నా!' అన్నాడు. ఆ మంచి వ్యక్తి, 'నువ్వెలా అడిగితే అలాగే తమ్ముడూ!' అని గరిట లోతుగా తిప్పి ముంచి పోశాడు. డబ్బా నిండింది. పెద్దోడు ఉత్సాహంగా ముందుకు కదిలాడు, సూప్ డబ్బా జాగ్రత్తగా పట్టుకొని.

వాడు రొట్టెను మూడు ముక్కలు చేశాడు. ఒక ముక్క కోటులో దాచాడు. రెండో ముక్క తమ్ముడికిచ్చాడు. మూడోది తను తీసుకున్నాడు. ఆత్రంగా సూప్‌లో ముంచుకుని రొట్టెను తిన్నారు. సూప్‌లో ఒక్క మాంసం ముక్కయినా లేదు.

"అన్నా! ఏందే, సూపులో మాంసం లేదూ. నాకపద్ధం చెప్పావెందుకూ? ఇయాల మాంసంముక్క దొర్కుతాదంటివే? అయిదు మైళ్ళు నడిచిండేది ఎందుకూ?నాకు కాళ్ళు నొప్పులు పుడుతా వుండాయి." చిన్నోడు అన్నాడు.

"సద్దుకో తమ్మీ. ఇయాల మన సుడి బాగుండలే. రేపు దొరుకుతాది. నువ్వు మనాది పడకు. నేతెస్తాగా," అన్నాడు పెద్దోడు.

వెలుతురు ఇంకో రెండు గంటలే ఉంటుంది. ఆ తర్వాత తొందరగా చీకటి పడిపోతుంది. పగలుండగానే వెనక్కెళ్ళిపోవాలి. ముళ్ళ కమ్మీల కంచె సందులోనుంచి ముందుగా తమ్ముణ్ణి దాటించాడు. తన ఓవర్‌కోటు విప్పి ఉండ చుట్టి తమ్ముడి చేతికందించాడు. తర్వాత తను సులువుగా దాటాడు.

దారిలో ప్రతి వంద మీటర్లకు ఇద్దరు మిలిటరీ జవాన్లు నిల్చునున్నారు. మెషిన్ గన్‌లతో వాళ్ళు నిల్చుండటాన్ని వింతగా చూశారు పిల్లలిద్దరూ. మిలిటరీ జవాన్‌ల బట్టలు, వాళ్ళ పద్ధతి చూసి ఏదో జడుపు కలిగింది ఇద్దరిలో. బెరుకుబెరుగ్గా నడిచారు.

ఒక మిలిటరీవాడు తెల్లగా, పొడవుగా ఉన్నాడు. మరోవాడు ఏదో ఆలోచిస్తూ సిగరెట్ కాలుస్తున్నాడు.

ఆ మిలిటరీ వాళ్ళని సమీపించారు పిల్లలు. వీళ్ళు రావడాన్ని దగ్గరకొచ్చేంత వరకూ చూడలేదు వాళ్ళు. వీళ్ళని చూడగానే ఒకడు తటాలున లేచాడు. పిల్లలు జడుసుకున్నారు. మిలిటరీ జవాను ఏమంటున్నాడో వీళ్ళకర్థం కాలేదు. ఆ భాష ఏంటో కొత్తకొత్తగా, యజమాని అరుస్తున్నట్టుగా ఉంది. మిలటరీ జవాన్‌ల బట్టలకు, పద్ధతికి నప్పనంటుంది ఆ భాష.

పెద్దోడు రెండు వేళ్ళను పెదవుల మీద పెట్టి సిగరెట్ అని సైగచేసి అడిగాడు, బతిమాలుతున్నట్టు. మిలిటరీ జవాను ఏమనుకున్నాడో, పెట్టె నుండి ఒకసిగరెట్ తీసి విసిరేశాడు. పెద్దోడు ఏరి తెచ్చుకుని మళ్ళీ నడక మొదలుపెట్టాడు.

కాసేపయాక, చిన్నోడు అలుపు తీర్చుకోవాలన్నాడు. ఒక పొద దగ్గర కూర్చున్నారు. పెద్దోడు సిగరెట్ వెలిగించుకుని ఒక దమ్ము లాగాడు. చిన్నోడు తనకూ కావాలన్నాడు. దానికి, "తమ్మీ, ఇది పిల్లల్తాగేదిలే. నువ్వు పెద్దయినాంక తాగుదూలే. ఇప్పుడ్నువు మంచోనివి గదా." అన్నాడు ఓదార్పుగా. చిన్నోడు అందులో ఉన్న న్యాయాన్ని గమనించి సరేనన్నాడు.

ఒక పెద్ద కర్ర తీసుకుని తుపాకీలా పట్టుకుని ఆటలాడుతూ నడిచాడు చిన్నోడు. చీకటి పడుతుండేసరికి గరాజ్ దగ్గరకొచ్చేశారు. చిన్నోడు చేయెత్తి చూపుతూ "అగో అగో!" అన్నాడు. బక్కచిక్కి ఎముకలు బైటకొచ్చిన ఒక కుక్క వీళ్ళకేసి మెల్లగా వచ్చింది. అదీ శరణార్థి కుక్కే. రిజిస్ట్రేషన్ కార్డ్ లేని కుక్క. నేలని వాసన చూస్తూ జంకుతూ నిలుచుంది.

"అన్నా, ఈ కుక్కకి ఒక పేరు పెడదామా?" అన్నాడు చిన్నోడు. "వొద్దురొరే. పేరు పెడితే ఇది కూడ మనుసుల లెక్కలోకొచ్చేను!" కోటు లోపలున్న రొట్టెను తీసి సగం చేసి ఒక ముక్క ఆ కుక్కకిచ్చాడు. అది ఆ రొట్టందుకుని కుంటుకుంటూ పరుగెత్తింది.

గరాజ్ బయట తాళం వేసుంది. పెద్దోడు వెనక వైపుకెళ్ళి బొక్కకు అడ్డంపెట్టిన నాపరాయిని పక్కకు లాగాడు. ఇద్దరూ లోపలికెళ్ళాక రాయి తిరిగి అడ్డంపెట్టాడు.

లోపలకి వెళ్ళగానే ముక్క కంపు, చెమట వాసన. చీకటికి అలవాటు పడటానికి కళ్ళకీ వాసనకి అలవాటుపడటానికి ముక్కుకీ కొన్ని నిముషాలు పట్టాయి. పెద్ద అట్ట పెట్టెలను లాగి వాటిలోని పాత కంబళి తీసి పరిచాడు పెద్దోడు. నడిచి నడిచి

అలసిపోయున్న చిన్నోడు దాని మీద పడుకున్నాడు. పెద్దోడు రొట్టె ముక్కని జాగ్రత్తగా దాచిపెట్టాడు. రేప్పొద్దున్నే చిన్నోడు ఆకలితో ఏడ్చినప్పుడు ఇవ్వడానికి.

పెద్దోడు పెట్టెకు ఆనుకుని కూర్చున్నాడు. చిన్నోడు నిద్రపోతున్నాడు. కాసేపటికి చిన్నోడు నిద్దర్లో ఉలిక్కిపడి పాకుతూ వచ్చి పెద్దోడ్నివాటేసుకున్నాడు. "అన్నా, అన్నా, నువ్వు నన్నొదిలి ఎల్లవు కందా... ఏడికీయెల్లవు కందా!" అని ఏడ్చాడు.

పెద్దోడు వాడ్ని పొదివి పట్టుకున్నాడు. "లేదు, లేదు, నా తమ్మివయిండ్లా నువ్వు. నిన్నొదిలి యేడికీ పోను. నువ్ యాడవమాక."

పెద్దోడి మాటలతో ఊరట కలిగింది చిన్నోడికి. చిన్నగా వెక్కుతూ నిద్రలోకి జారుకున్నాడు.

పెద్దోడు అలానే చాలాసేపు నిద్రపోకుండా కూర్చున్నాడు. రేపు వెళ్ళాల్సిన చోటు గురించి ఆలోచనలు చాలానే ఉన్నాయి వాడికి. రేపు గంచ్ క్యాంపుకు వెళ్ళాలని నిర్ణయించుకున్నాడు. అది ఇంకా పెద్ద క్యాంప్. పదిమైళ్ళ దూరంలో ఉంది. అక్కడ కచ్చితంగా మాంసం దొరుకుతుంది.

వాడికి అలానే చెప్పారెవరో.

[మూలం: 'నాళై' కథ. మహారాజావిన్ రయిల్ వండి (2001) ('మహారాజుగారి రైలుబండి') కథల సంపుటి నుండి.]

పవిత్ర

రోజురోజుకీ పగలు తరుగుతూ రాత్రి పెరుగుతూ వస్తున్న శీతాకాలం. తెల్లారాక కూడా పలచగా మంచు కురుస్తూనే ఉంది. టొరాంటోలో ప్రసిద్ధుడైన మానసిక వైద్యుడిని వెతుక్కుంటూ వచ్చారు ఆ భార్యాభర్తలు. వాళ్ళక్కడికి రావడం అదే మొదటిసారి. రిసెప్షన్‌లో వున్న అమ్మాయికి వాళ్ళను చూడగానే ఏదో తేడాగా అనిపించింది. అయితే, అదేంటన్నది ఆమె పసిగట్టలేకపోయింది. సైకియాట్రిస్టును కలవడానికి రకరకాల వ్యక్తులు వస్తూ ఉంటారు. వాళ్ళను కూర్చోమనడం, డాక్టర్ గదినుంచి బెల్ మోగగానే పేషెంట్లను ఒకరి తర్వాత ఒకరిని లోపలికి పంపడం చేస్తూ ఉంటుందీమె. ఇప్పుడొచ్చిన వీళ్ళకేదో విచిత్రమైన సమస్య అని ఊహించుకుంది. వీళ్ళ వంతు రాగానే తలుపును కొంచంగా తీసి వీళ్ళను లోపలికి పంపించింది.

డాక్టర్ వీళ్ళు లోపలికి నడిచి రావడాన్ని శ్రద్ధగా గమనించాడు. అతని వృత్తిలో పేషంట్ల నడకనీ బాడీ లాంగ్వేజ్‌నీ గమనించడం అతి కీలకమైన విషయం. కొన్నిసార్లు వచ్చినవాళ్ళ సమస్య ఏంటన్నది కూడా అందులోనే అర్థం అయిపోతుంటుంది. భర్తకి నలభైయేళ్ళుంటాయి. భార్య నాలుగేళ్ళు చిన్నదైయుండచ్చు అనిపించింది. వాళ్ళు వేసుకున్న ఓవర్‌కోట్ తియ్యలేదు. వాటిమీద మంచు ఇంకా పూర్తిగా కరిగిపోలేదు. ఆమె ఓవర్‌కోట్‌కి బటన్లు పెట్టుకోకుండా ఒకవైపు పైన ఇంకోవైపు కప్పుకుని వాటిపై చేతులు కట్టుకుని మొహమాటంగా నడిచి వచ్చింది. ఓవర్‌కోట్ కింద ఏం వేసుకుందో కూడా తెలియలేదు. బహుశా నైట్ డ్రెస్ కూడా అయుండచ్చు, అనుకున్నాడు డాక్టర్. డాక్టర్ టేబుల్ ముందర మూడు ఖాళీ కుర్చీలున్నాయి. వాళ్ళు దాంట్లో ఎలా కూర్చుంటారన్నది కూడా చాలా ముఖ్యమైన పాయింటే. డాక్టర్ శ్రద్ధగా చూస్తున్నాడు. భార్య కుడి పక్కనున్న కుర్చీలో కూర్చుంది. భర్త కొన్ని క్షణాలాగి, భార్యను దాటుకుని వచ్చి మధ్యలోనున్న కుర్చీలో కూర్చున్నాడు. డాక్టర్ భర్తనీ, భార్యనీ ఒకరిని మార్చి ఒకరిని చూశాడు. భార్య ఏదో పెద్ద ఆనందం కలిగిందన్నట్టూ పళ్ళు కనిపించకుండా లోలోపల ముసిముసిగా నవ్వుతూ ఉంది.

"చెప్పండి, ఏంటి సమస్య?" అన్నాడు డాక్టర్.

"పవిత్రకే సమస్య!" అన్నాడు భర్త.

"అవునా, ఏం సమస్య?

భర్త మొహమాటంగా నీళ్ళు నములుతున్నట్టు "ఎలా చెప్పాలో తెలీడంలేదు..." అన్నాడు.

"డాక్టర్ దగ్గరకొచ్చాక మొహమాట పడనక్కర్లేదు. ఎలాంటి మానసిక సమస్య అయినా మనసు విప్పి మాట్లాడితే సగం నయం అయిపోతుంది. అన్ని రకాల రుగ్మతలకీ పరిష్కారాలున్నాయి. అయితే ముందుగా మీరు ఇక్కడికొచ్చిన కారణం చెప్తేనే అది కుదురుతుంది."

భర్త అసౌకర్యంగా కదిలాడు. భార్యవేపు చూడకుండా ఖాళీ కుర్చీలో చూపు నిలిపి, ముఖం తిప్పకుండానే "మొహమాటంగా ఉంది డాక్టర్!" అన్నాడు.

"ఇలా అయితే నేను ట్రీట్‌మెంటెలా ఇచ్చేది? ఏం సమస్యో మీరు చెప్తేనే కదా నాకు తెలుస్తుంది! మొహమాటాలు పక్కన పెట్టేసి మాట్లాడొచ్చు."

"పవిత్ర పరుపు మీద పాస్ పోసేస్తుంది డాక్టర్!"

"ఇంతేనా? దీనికా ఇంత మొహమాట పడ్డారు! ఇదసలు పెద్ద సమస్యే కాదు. చాలా సాధారణమైన వ్యాధి. ఈ సమస్యున్న ఎంతోమందికి నేను ట్రీట్‌మెంట్ ఇచ్చి బాగుచేశాను. అయితే ట్రీట్‌మెంట్ మొదలుపెట్టే ముందు కొన్ని జాగ్రత్తలు పాటించాలంతే!"

"మీరు అనుకుంటున్నంత సులువు కాదు డాక్టర్! ఇలాంటి సమస్యలకు టొరాంటోలో మీరే ప్రసిద్ధులని మన దేశస్తులందరూ అనుకుంటుంటే మిమ్మల్ని వెతుక్కుంటూ వచ్చాము. ఇదివరకు ఇక్కడి డాక్టర్లిద్దర్ని చూశాము."

"ఎప్పుడు?"

"ఈరోజే!"

"ఇద్దర్నీనా!"

"ఇద్దర్నీ ఒకరి తర్వాత ఒకర్ని కలిసేసి ఇప్పుడే మీదగ్గరకొచ్చాము."

డాక్టర్ కంగారుపడి ఎవరో తలుపు తట్టినట్టుగా నటిస్తూ రివాల్వింగ్ చేర్‌ని కొంచం వెనక్కి జరుపుకుని వంగి భార్యని చూశాడు. ఆమె ఏమీ జరగనట్టు ముసిముసిగా నవ్వునాపుకుంటూ డాక్టర్నే చూస్తూ ఉంది.

"వాళ్ళేం చెప్పారు?"

"ఈ జబ్బుని నాక్టర్నల్ ఎన్యూరిసిస్ అంటారనీ, దీనికి హార్మోన్ చికిత్సలవీ

ఉన్నాయనీ అన్నారు. పేషంట్‌కి ఈ జబ్బువల్ల ఎలాంటి ఇన్‌ఫీరియారిటీ కాంప్లెక్స్‌గానీ విరక్తిగానీ ఒత్తిడిగానీ కలగకుండా చూసుకోవాలన్నారు."

"సరే, అయితే నాదగ్గరకెందుకొచ్చారు మరి?"

"దీన్నెలాగైనా బాగుచెయ్యండి డాక్టర్! జీవితం నరకంలా మారిపోతూ ఉంది." అన్నాడు భర్త.

"ఎన్నాళ్ళుగా ఉంది ఈ సమస్య?"

"మూడు నెలలుగా."

"ఒక మార్గముంది. చాలా సులువైన పద్ధతే. రాత్రి ఎనిమిది తర్వాత నీళ్ళు తాగకుండా చూసుకోవాలి."

"ఎందుకు?"

"మీరేగా అన్నారు, రాత్రుల్లో పక్క తడుపుతున్నట్టు?

"నేను రాత్రుల్లో అని ఎప్పుడన్నాను? పరుపుపైన పాస్ పోస్తుంది అని కదా అన్నాను?"

"అయితే పగలు నిద్రపోతారా ఆమె?"

"నిద్రపోతున్నప్పుడని ఎవరన్నారు డాక్టర్?

"మీరేమంటున్నారో నాకు అసలర్థం కావట్లేదు!" డాక్టర్ కొంచం తికమకపడ్డాడు.

"పట్టపగలు అందరి సమక్షంలో పవిత్ర బెడ్ మధ్యలో కూర్చుని పాస్ పోస్తుంది!"

డాక్టర్ ఇప్పుడు దిగ్భ్రాంతికి లోనయ్యాడు. ఇలాంటొక కేస్ ఆయనకి కొత్త. భార్యను చూశాడు. గోడకు వేలాడదీసిన ఫోటోలాగ అదే ముసిముసినవ్వు మొహంతో ఎటువంటి బెరుకూ బిడియమూ లేకుండా డాక్టర్నే చూస్తూ ఉంది. ఆ తర్వాత ఏం అడగాలో కొన్ని క్షణాలు తోచలేదు డాక్టర్‌కి.

"ఈ మూడు నెలల్లో మీ భార్యకి ట్రీట్‌మెంట్ ఇచ్చిన డాక్టర్లు నయం చెయ్యలేకపోయారా?"

"భార్యా! భార్య అని ఎవరన్నారు? సమస్య పవిత్రకి కదా?"

"పవిత్రంటే ఎవరు?"

"మా అమ్మాయి డాక్టర్!"

"మరి ఆమెక్కడ?"

"ఇదిగో!" అంటూ ఖాళీ కుర్చీని చూపించాడు.

[మూలం: "పవిత్ర," www.amuttu.net]

గురుత్వాకర్షణ సుంకం

ఉత్తరం విప్పుతుండగానే అతడి చేతులు వణికాయి. అది ఎక్కణ్ణుండి వచ్చిందో తెలుసు. ఇది మూడో రిమైండర్. మూడు నెలలుగా అతడు గురుత్వాకర్షణ సుంకం కట్టలేదు. వెంటనే కట్టేయమని చివరి రిమైండర్‌గా పోస్టల్ మెయిల్ పంపించారు. రెండేళ్ళుగానే ఈ బెడద. అంతకు ముందు ఇలాంటొక వైపరీత్య శాఖ ఉండేది కాదు.

"మేడమ్!"

"చెప్పండి, నేను మీకెలా సాయపడగలను?"

"గురుత్వాకర్షణ సుంకం చెల్లించమని రిమైండర్ వచ్చింది."

"ఎవరు మాట్లాడుతున్నారో మీ వివరాలు చెప్పగలరా?"

"నేను 14 లారన్స్ వీధి నుండి మాట్లాడుతున్నాను."

"సరే. మీ సమస్యేంటో చెప్పండి."

"ఈ గురుత్వాకర్షణ సుంకం చాలాఎక్కువగా ఉంది. మరోసారి పరిశీలించగలరా?"

"ఒక నిముషముండండి. మీ అకౌంట్‌లోకి లాగిన్ అవుతాను. గతనెల కూడా మీతో మాట్లాడాము కదా? అంతకు మునుపు కూడా మీరు ఇదే ప్రశ్న అడిగారు. మొదట్లో చక్కగా చెల్లించుకుంటూ వచ్చారు. ఉన్నట్టుండి మీకేమైంది? మూణ్ణెల్ల నుండి కట్టట్లేదు."

"నా ఆర్థిక స్థితి క్షీణించిపోయింది."

"దానికి మేమేం చెయ్యగలం? మా శాఖ నియమాలు షరతులు ఉన్న బ్రోషూర్ మీకు ఇచ్చాము కదా, దానికి లోబడే అన్ని చార్జీలూ వేయబడి ఉన్నాయి."

"మేడమ్, మీ బ్రోషూర్ చాలా ఘనంగా ఉంది. అందులో నలుసంత అక్షరాల్లో

రాయబడిన వాక్యాలు. ఒక్కో వాక్యం అర్థం చేసుకునేలోపు పూర్వం చదివిన వాక్యాలు గుర్తుండట్లేదు. అసలు అర్థమే కావట్లేదు. క్లిష్టంగా ఉంది మీ చార్జీల లెక్కల విధానం! చాలా అన్యాయం అనిపిస్తున్నాయి ఈ చార్జీలు."

"అర్థం కానంత మాత్రాన, క్లిష్టంగా ఉన్నంత మాత్రాన అవి అన్యాయంగా ఉన్నాయని ఎలా అంటారు? మీరు నీటికి బిల్లు కడుతున్నారు, కరెంటుకు బిల్లు చెల్లిస్తున్నారు. గ్యాస్ బిల్లు, సూర్యరశ్మి బిల్లు, గాలి పరిశుభ్రత చార్జీలు అని అన్నిటికీ చెల్లిస్తున్నారు. టీవీ, సెల్‌ఫోను, బ్రాడ్‌బాండ్, ఇలా అన్ని సబ్‌స్క్రిప్షన్‌ల బిల్లులూ సరిగ్గా టైముకు చెల్లించేస్తున్నారు. ఈ ఒక్క గురుత్వాకర్షణ చార్జీల బిల్లులో మాత్రం ఏంలోపం ఉందని కట్టకుండా సతాయిస్తున్నారు?"

"మేడమ్, భూగురుత్వాకర్షణ శక్తికీ నాకూ ఏంటి సంబంధం? ఆది నుండి అది ఉంటూనే ఉంది. న్యూటన్ దాన్ని కనుగొనే ముందు కూడా అది ఉందనే అంటున్నారే, మరి ఇంతకాలం దానికి చార్జీలు చెల్లించమని బిల్లులు పంపించలేదే! ఇప్పుడీ రెండేళ్ళుగా దానికీ సుంకం చెల్లించమంటే ఎలా?"

"సార్, మీ మాటలు చాలా విడ్డూరంగా ఉన్నాయి. ఈ ప్రశ్న రెండేళ్ళ క్రితమే అడగాలని మీకెందుకు అనిపించలేదు? ప్రభుత్వం నీరుని పైపుల్లో మీ ఇంటిదాక తెచ్చి సరఫరా చేస్తుంది. గాలిని శుభ్రపరిచి శ్వాసించడానికి పంపిణీ చేస్తుంది. ఇంటికప్పు మీద పడే సూర్యరశ్మిని విద్యుత్తుగా మార్చుకోడానికి అనుమతిస్తుంది. చాలనప్పుడు కరెంటు ఇస్తుంది. వంట గ్యాసు ఇస్తుంది. వీటన్నిటికీ బిల్లులు సకాలంలో కట్టేస్తున్నారు. అయితే గురుత్వాకర్షణశక్తికి మాత్రం బిల్లు కట్టమంటే ఎదురుప్రశ్నలు వేస్తున్నారు. ఆలోచించండి. గురుత్వాకర్షణశక్తి లేకుంటే మీరొక్క నిముషమైనా బ్రతగ్గలరా? కారు నడపగలరా? నడవగలరా? మీ పిల్లలు ఆడుకోగలరా? లఘుశంక తీర్చుకోవడం వంటి అతి చిన్న కార్యంకూడా చేసుకోలేరు ఈ గురుత్వాకర్షణశక్తి లేకుంటే..."

"మేడమ్, నా చిన్న బుర్రకి ఇవన్నీ అర్థం చేసుకోడానికి సమయం పడుతుంది. ఇందులో మీ శాఖ ఏం చేస్తోంది? గురుత్వాకర్షణని శుభ్రపరుస్తోందా? ప్రతి ఇంటికీ తీసుకెళ్ళి సరఫరా చేస్తోందా? ఇవేవీ చెయ్యనప్పుడు బిల్లెందుకు చెల్లించాలి? మీకు ఇది అన్యాయం అనిపించట్లేదా?"

"ఈ దేశంలో ఉన్న అందరూ గురుత్వాకర్షణ సుంకం కడుతున్నారు. ఐరోపా దేశాల్లోనూ అందరూ కడుతున్నారు. కొన్ని ఆఫ్రికా దేశాలు కూడా ఈ సుంకం కట్టడం మొదలుపెట్టాయి. ప్రపంచం అతివేగంతో అభివృద్ధి దశలో ముందుకు

సాగిపోతూ ఉంది. మీరు సుగుణాలున్న దేశపౌరుడిగా నడుచుకోవట్లేదు. గురుత్వాకర్షణశక్తి అవశ్యకతని గ్రహించి, దానివల్ల లబ్ధిపొందుతూ కూడా దానికి చెల్లించాల్సిన సుంకం చెల్లించకుండా ఉండటం చాలా బాధాకరం. దీని గురించి మా పైవాళ్ళకి నేను రిపోర్ట్ పంపించక తప్పదు."

"మేడమ్, మీ తీయని స్వరంలో రిపోర్ట్ అన్న మాట రావచ్చా? ఈ శాఖ మొదలైనప్పట్నుండి నేను బిల్లులన్నీ సరిగ్గానే చెల్లిస్తూ వస్తున్నాను. నాకు దేశభక్తి, భూభక్తి, భూ గురుత్వాకర్షణభక్తి మెండుగానే ఉన్నాయి. గురుత్వాకర్షణ గురించి ఒక కవితైనా చదవకుండా ఏ రోజూ నేను నిద్రపోయినవాడిని కాను. మేడమ్, ఎలాగైనా నేను ఈ బిల్లు చెల్లించేస్తాను. శ్రమ కలిగించినందుకు క్షమించండి. సెలవు."

"సెలవు."

***

"హలో!"

"హలో!"

"ఇది 14 లారన్స్ వీధి ఇల్లేనా? ఇంటి పెద్దేనా మాట్లాడేది?"

"అవును, నేనే! చెప్పండి."

"సార్, నేను గురుత్వాకర్షణ శాఖ నుండి మాట్లాడుతున్నాను. మీరు నాలుగు నెలలుగా మా సేవలు వాడుకుంటూ మాకు చెల్లించాల్సిన బిల్లులు చెల్లించడంలేదు. మీ మీద చర్యలు తీసుకోవలసిన సమయం దగ్గరపడుతున్నదని చెప్పడానికి చింతిస్తున్నాను."

"మేడమ్, ఇదేం బాగాలేదు. నేను కొంచం ఆర్థిక ఇబ్బందుల్లో ఉన్నాను. కట్టనని చెప్పడం లేదు, కొంచం అవకాశమివ్వండని అడిగాను. గురుత్వాకర్షణ నిండుకునేలోపు ఎలాగైనా కట్టేస్తాను." "మీరు తెలివిగా మాట్లాడుతున్నాననుకుంటున్నారు. దీనితో మీకు ఎనిమిది అవకాశాలు ఇచ్చేశాము. మా రికార్డ్‌ల ఆధారంగా చూస్తే మీరు పెద్ద మోసగాడని తెలుస్తోంది. మీరు వెంటనే మొత్తం బాకీ చెల్లించకపోతే ఘోరమైన పర్యవసానాలు ఎదుర్కొనాల్సి ఉంటుంది."

"మేడమ్, అంత పెద్ద మాటలెందుకండీ! మోసం అన్న పదానికి స్పెల్లింగైనా తెలుసుకోగల మేధస్సు లేనివాణ్ణి. నేను అలాంటివాడిని కాను. చిన్నతనంలో అమ్మ పెంచిన కోడిపిల్లల్లో ఒకదాన్ని ఆమెకు తెలీకుండా దొంగిలించి అమ్మిన సంఘటనని మీకెవరో చెప్పేసినట్టున్నారు. గంధర్వ సంగీతం లాంటి మీ స్వరంలో ఇలాంటి మాటలు పలక్కండి. వచ్చేనెల మొత్తం చెల్లించేస్తాను."

"మంచిది. అలానే చెయ్యండి. వచ్చేనెల మా డిపార్ట్‌మెంట్ నుండి ఎవరూ మీకు ఫోన్ చెయ్యకుండా చూసుకోండి."

"సంతోషం మేడమ్. ఒక చిన్న క్లారిఫికేషన్ కావాలి."

"అడగండి."

"ప్రతినెలా ఈ చార్జీలు పెరుగుతూ ఉన్నాయి! అదెందుకండీ?"

"మేము పంపించిన సర్కులర్ 148.8ని మీరు చదవలేదా?"

"లేదు మేడమ్!"

"అందులో నలభై ఎనిమిదో పేజీ చదవండి. గురుత్వాకర్షణశక్తిని మీరు వాడుతున్నారు, మీ ఆవిడ వాడుతున్నారు, మీ ఇద్దరు పిల్లలు వాడుతున్నారు, మీ అత్తగారు వాడుతున్నారు. ప్రతినెలా మీ బరువు పెరుగుతోంది కదా? అందుకే చార్జీలూ పెరుగుతున్నాయి. మీ ఎనిమిదేళ్ళ పిల్లాణ్ణి అడిగినా దీనికి జవాబు చెప్పుండేవాడు!"

"మా అబ్బాయికి ఎనిమిదేళ్ళని మీకెలా తెలుసు? నా ప్రైవసీకి భంగం వచ్చేలా ఉందే!"

"సార్, మాకు అన్నీ తెలుసు. మీ బాబు పుట్టింది రెయిన్‌బో హాస్పిటల్స్‌లో. పుట్టినప్పుడు వాడి బరువు 2కేజీల 700ల గ్రాములు అని నమోదయ్యింది. మీ భార్య చుట్టుకొలత పెరుగుతూ ఉంది, దాన్ని గమనించారా?"

"మీరు ఎక్కువగా మాట్లాడుతున్నారు..."

"బిల్లెందుకు పెరిగిందంటే దానికి వివరణ ఇస్తున్నాను. ఈ వేరియబుల్ చార్జెస్ వల్ల లబ్ధి పొందినవాళ్ళే ఎక్కువ. కొంతమంది దీన్ని సవాలుగా తీసుకుని విపరీతంగా బరువు తగ్గిపోయారంటే చూసుకోండి!"

"మేడమ్, మా బరువు పెరగడం మీకెలా తెలుసు?"

"మీరు సర్కులర్ 133.6ని చదివినట్టులేరు. నేడు మీ బరువు 79 కేజీలు. పోయిన నెల 77 కేజీలే ఉండేవారు. మీ ఇంటి లివింగ్ రూములో పెట్టిన మంత్రనయనాలు మీ బరువు డేటాని మాకు పంపుతాయి."

"మేడమ్, మేము మధ్యలో ఓ రెండు వారాలు ఈ దేశంలోనే లేము. వెకేషన్‌కి విదేశాలు వెళ్ళాము. దాన్ని మినహాయించలేరా? నేను ఆ రెండు వారాలు గుర్తుత్వాకర్షణశక్తిని ఈ దేశంలో వాడలేదు కదా?"

"సార్, వీటన్నిటి గురించీ మా డిపార్ట్‌మెంట్ ఎంతో ముందు చూపుతో ఆలోచించింది. ఎప్పట్నుండి ఎప్పటిదాక మీరు ఈ దేశంలో లేరో ఆ వివరాలూ

ప్రూఫులూ పెట్టి ఒక డిక్లరేషన్ లెటర్ మాకు పంపించండి. మీరు వెళ్ళిన దేశంలో చెల్లించిన గురుత్వాకర్షణశక్తి బిల్లు రసీదు తప్పనిసరిగా జతచేయండి. మేము పరిశీలించాక ఆ క్రెడిట్‌నీ మీ అకౌంట్‌లో కలిపేస్తాము."

"ధన్యవాదాలు మేడమ్! మీ సమర్థవంతమైన జవాబులు తూటాల్లా నా గుండెను చీల్చాయి కానీ మీ తీయని స్వరం నన్ను ఉక్కిరిబిక్కిరి చేస్తోంది. ఒకే ఒక్కప్రశ్న అడగడానికి అవకాశం ఇవ్వగలరా?"

"సరే. అడగండి."

"మా అత్తగారు మంచంపట్టారు. ఆమె ఎప్పుడూ మంచంలోనే పడుంటారు. పక్కన ఒకగ్లాసులో ఆమె తాగడానికి పాలు ఉంటాయంతే. ఆమె గురుత్వాకర్షణశక్తిని అసలు వాడటమేలేదు. దానికేమైనా డిస్కౌంట్ ఉందా?"

"ఇలాంటొక అమానుషమైన ప్రశ్న మీరు ఎలా అడగగలుగుతున్నారో నాకర్థంకావట్లేదు! మీ కాఠిన్య మనస్తత్వానికి సిగ్గుపడుతున్నాను. మీ అత్తగారు గురుత్వాకర్షణశక్తిని వాడకపోతే మంచం మీద ఎలా పడియుండగలుగుతారు? ఆమె ఎప్పుడో అంగారక గ్రహం దాటి ఎగిరిపోయుండేవారు. గురుత్వాకర్షణ శక్తివల్లే ఆమె దక్కారన్నది గుర్తించండి."

"క్షమించండి. నాకు జ్ఞానం కలిగించారు. ఈ రోజే గురుత్వాకర్షణ సుంకం చెల్లించేస్తానని మాటిస్తున్నాను."

"ముందు ఆ పని చెయ్యండి. సెలవు."

***

"హలో!"

"హలో!"

"సార్, మీ హామీ కూడా అంగారక గ్రహం దాటుకుని ఎగిరిపోతూ ఉంది. ఈ చివరి హెచ్చరిక ఇస్తున్నందుకు చింతిస్తున్నాను. ఇంక ఒక వారం లోపు మీరు బాకీ చెల్లించేయాలి."

"మేడమ్, ఏంటిలా సతాయిస్తున్నారు! నేనేమైనా డబ్బు ఉంచుకునే కట్టట్లేదా ఏంటి? గాలికి బిల్లు కట్టాను, గ్యాస్ బిల్లు కట్టాను, నీటి బిల్లు కట్టాను, కరెంటు బిల్లు కట్టాను."

"అదే నేనూ అడుగుతున్నాను. అన్ని డిపార్ట్‌మెంట్లకీ కడుతున్నారు.

గురుత్వాకర్షణ బిల్లు చెల్లించడానికి మాత్రం ఎందుకింత జంకుతున్నారు?"

"దానికి కారణం మీకు తెలుసు కదా?"

"లేదు. తెలీదు. దయచేసి ఆ రహస్యమేదో చెప్పి నాకు జ్ఞానోదయం కలిగించండి!"

"కరెంటు బిల్లు కట్టకుంటే కనెక్షన్ కట్ చేసేస్తారు. గాలి, టెలిఫోన్, బ్రాడ్‌బాండ్, గ్యాస్ – అన్నిటికీ అంతే. గురుత్వాకర్షణశక్తికి కట్టలేదనుకోండి దాన్ని కట్ చేసేస్తారా? న్యూటన్ మళ్ళీ పుట్టుకొచ్చినా అది చెయ్యడం అసాధ్యం కదా?"

"సార్, సర్క్యులర్ చదివి కూడా అర్థం చేసుకోలేని మీరే ఇన్ని తెలివి తేటలతో ప్రశ్నిస్తున్నప్పుడు ఈ డిపార్ట్‌మెంట్‌ని నడిపే సైంటిస్ట్‌లు ఇంకెంతగా ఆలోచించగలరో మీకు తెలిసినట్టులేదు. గతవారం పత్రికలు చదవలేదా?"

"మీరు నా నాలుగో క్లాసు టీచర్‌లా కష్టమైన ప్రశ్నలు అడుగుతున్నారు."

"సార్, మీరు మా సర్క్యులర్‌లు చదవరు. పత్రికలేం పాపం చేశాయని? వాటిని చదవచ్చు కదా?"

"మేడమ్, నా కలలో దుష్టదేవతలొచ్చి అల్లకల్లోలం సృష్టిస్తున్నారు. నన్నేం చెయ్యమంటారు?"

"సరే, దుష్టదేవతలు వెళ్ళిపోయాక పత్రికలు చదివి తెలుసుకోండి."

"మేడమ్, నన్నూరించి ఆసక్తిని పెంచకండి. పేపర్‌లో ఏమొచ్చిందో దయచేసి చెప్పండి."

"ఒకాయన ఎనిమిది నెలలపాటు గురుత్వాకర్షణ సుంకం కట్టకుండా మీలాగే ఎగ్గొట్టాలని చూశాడు."

"అవునా?"

"అతనికి పెనాల్టీ విధించాము. అతను దాన్నీ కట్టలేదు. కావున ఇతను ఇకపై గురుత్వాకర్షణశక్తినే ఉపయోగించకూడదని నిర్ణయించాము."

"తర్వాతేం జరిగింది?"

"అతణ్ణి స్పేస్‌షిప్‌లో తీసుకెళ్ళి భూగురుత్వాకర్షణకి బయట దింపేశాము. ఒకసారి అతడు భూమిని ప్రదక్షిణం చేశాడు. ఈలోపు మనసు మార్చుకుని కట్టేస్తానని ఒప్పుకున్నాడు. మళ్ళీ భూమ్మీదకి తీసుకొచ్చేశాము."

"నిజంగానా?!"

"దెబ్బకి మొత్తం బాకీ, వడ్డీ, పెనాల్టీతో సహా చెల్లించేశాడు. అయితే ఒక చిక్కు.."

"ఏంటది?"

"స్పేస్‌షిప్‌లో తీసుకెళ్ళిన ఖర్చు, స్పేస్‌సూట్ ఖరీదు, ఇతర ఖర్చులన్నిట్నీ ఇప్పుడు నెలనెలా ఇన్‌స్టాల్మెంట్స్‌లో కడుతున్నాడు. 2196 నెలలు కట్టాలి.

"2196 నెలలా?!"

"అవును. మొత్తం కట్టడానికి 183 ఏళ్ళు పడుతుంది."

"అన్నేళ్ళు బతగ్గలడా?"

"అవన్నీ నాకు తెలీదు. అతని పిల్లలు కడతామని హామీ ఇచ్చారు."

"మేడమ్, నేను ఇప్పుడే మీ బాకీ మొత్తం నయాపైసాతో సహా చెల్లించేస్తాను."

***

"హలో!"

"హలో!"

"మీ గురించి గురుత్వాకర్షణ శాఖవాళ్ళు కొనియాడారు. మీరు వాళ్ళ బిల్లులన్నిట్నీ వెంటవెంటనే కట్టేస్తున్నారని తెలిపారు."

"ధన్యవాదాలండి. మీరెవరు? జలుబు చేసిన బాతు గొంతులా ఉందే?"

"నేను భూప్రయాణ శాఖ నుండి మాట్లాడుతున్నాను."

"ఇదేంటి, కొత్త శాఖా?"

"సార్, మా లేఖలుగాని, సర్కులర్‌లుగాని, ఒకటీ అందలేదా మీకు? మూడు నెలలుగా మీ బాకీ నిలవ వుంది. అందుకే ఫోన్ చేశాను."

"ఏం బాకీ?"

"భూమి ప్రయాణ ఖర్చు. అంటే భూమి సూర్యుని చుట్టూ తిరుగుతుందని మీకు తెలుసు కదా? ఒకసారి భూమి సూర్యుని చుట్టూ తిరిగితే మీరు 92,960,000 మైళ్ళ దూరాన్ని దాటుతున్నారు. ఆలోచించండి. ఇన్ని మైళ్ళ దూరాన్ని రూపాయి ఖర్చులేకుండా మీరు ఉచితంగా వాడుతున్నారు. ఇకనుండి అది ఉచితం కాదు. ప్రయాణానికి డబ్బులు చెల్లించాల్సిందే."

"అవునా?! ఎంత గొప్ప విషయం చెప్పారు! ఇకనుండి రోజులతో కాకుండా

మైళ్ళతో ఎంచవచ్చు మన ఆయుర్దాయాన్ని. తలుచుకుంటేనే పులకింతగా ఉంది."

"ముందు మూడు నెలల బాకీ చెల్లించేసి తర్వాత పులకితులవ్వండి. మీరు ప్రయాణం చేసిన దూరం 23,240,000 మైళ్ళు."

"దాందేముంది? పాట పాడుకుంటూ ఒక చెక్కు రాసి సంతకం చేసి పంపిస్తాను: ఒకప్రశ్న మేడమ్. ఇందులో విమానంలో ఉన్నట్టు బిజినెస్ క్లాస్, ఎకానమీ క్లాసులున్నాయా?"

"లేదు. ఇక్కడ అందరూ సమానమే."

"చాలా సంతోషం. నాకు సమానత్వం ఇష్టమే. మా అమ్మకు కూడా ఇష్టమే."

"మీకు మరో ఆఫర్ ఉంది. చెప్పనా?"

"అవునా, చెప్పండి."

"లీప్ సంవత్సరంలో ఒకరోజెక్కువ కదా? అయితే మేము దానికి ఎక్కువ చార్జ్ చెయ్యడంలేదు. లీప్ సంవత్సరంలో కూడా అదే చార్జీనే!"

"నమ్మలేకపోతున్నాను. ఈ శుభవార్త అందించిన మీకు ఒక ముత్యాలహారం బహుమతిగా ఇచ్చినా తక్కువే! లేదూ, చుక్కలు పడని ఒక ఆపిల్ ఇచ్చినా తగును. వింటుంటేనే మనసు పులకించిపోయింది. మేడమ్, ధనవంతుల దగ్గర బాగా డబ్బులుంటాయి. వాళ్ళెక్కువ చార్జీలు చెల్లించచ్చు కదా?"

"చూడండి, మీ బుర్రెంత చురుగ్గా పని చేస్తోందో! మీలాంటి మనుషులే ఈ భూమ్మీద ఉండాల్సింది. మీరు విమానమెక్కేప్పుడు మీ దగ్గర ఎక్కువ లగేజీ ఉన్నప్పుడు అదనంగా డబ్బులు కడతారు కదా? అలానే ఇక్కడ కూడా!"

"అంటే?"

"ఒక ధనికుడి దగ్గర నాలుగు ఇళ్ళు, ఐదు కార్లు, ఇంకా ఏవో వస్తువులూ ఉన్నాయనుకుందాం. అతను ఎక్స్ట్రా చార్జీలు చెల్లించాలి. మామూలు ప్రజలు ఎక్కువగా ఏం కట్టనవసరం లేదు. మీకు ఆ ఎక్కువ భారం ఉండదు."

"మేడమ్, మిమ్మల్ని ఎలా అభినందించాలో తెలీడంలేదు. ఈ రోజే నా భూప్రయాణ చార్జీని చెల్లించేస్తాను."

"మంచిది. ఏంటక్కడ శబ్దం?"

"ఏంలేదు మేడమ్. భూమి తిరుగుతోంది కదా? ఇరుసుకి నూనె తగ్గినట్టుంది. నాలాంటి వాళ్ళు డబ్బులు చెల్లించడం లేట్ చేయడంవల్ల మీరు కందెన

కొనివెయ్యలేకపోతున్నారేమో!"

"పాయింట్ బాగా పట్టేశారు. సరేలేండి. మనం మాట్లాడుకున్న ఈ పది నిముషాల్లో 1770 మైళ్ళు ప్రయాణం చేశారు. దానికీ కలిపి ఒకేసారి కట్టేయండి."

"వెంటనే కట్టేస్తాను. దీనికంటే గొప్ప ఆనందాన్నిచ్చే పని మరొకటి నాకేముంటుంది చెప్పండి. అయితే ఒకటి మేడమ్,"

"ఏంటి?"

"నేనొక టూర్ ప్లాన్ చేశాను. ఇంత పెద్ద భూమి చేస్తున్న ప్రయాణం ముందు నేను వెళ్ళాలనుకున్న చిన్న టూరు అవసరమా అనిపిస్తోంది. దాన్నీ కేన్సిల్ చేసుకుంటున్నాను. ఆ డబ్బులు కూడా మిగలబెట్టి భూమి ప్రయాణ చార్జీలు చెల్లించేస్తాను."

"నిజమైన భూమి భక్తులంటే మీరే సార్!"

"మేడమ్, ఒక మంచి ఆలోచనొచ్చింది. మన ఆకాశంలో చుక్కలు ఊరికే మిణుకు మిణుకుమంటున్నయి. వాటికీ ఏమైనా చార్జీలు వసూలు చేయవవచ్చేమో. ఈ చంద్రుడు కూడా పద్దాక పెరుగుతూ తరుగుతూ ఉన్నాడు, వాడి పేరిట కూడా ఒక శాఖ పెట్టొచ్చు. వీటిని ఎవరూ పట్టించుకున్నట్టు లేదు."

"అద్భుతమైన సలహా! వాటి మీద తక్షణమే పనులు మొదలుపెడతాం."

[మూలం: 'అమెరిక్కక్కారి' (2009) కథా సంపుటంలోని "పువియార్పు కట్టణం" అన్న కథ.]

టోరాబోరా వంటమనిషి

ఆ రోజుల్లో నాకొక వంటమనిషి కావలసి వచ్చాడు. మనిషంటూ దొరికితే, అతని పని చాలా సులువుగానే ఉంటుంది, సందేహం అక్కరలేదు. వంట చెయ్యాల్సింది నా ఒక్కడికి మాత్రమే. ఉదయం అల్పాహారం నేనే చేసుకుంటాను. టోస్ట్ చేసుకుని బ్రెడ్‌కి వెన్న రాసుకోడానికీ తినడానికీ నాకు సరిగ్గా నాలుగు నిముషాలు సరిపోతుంది. మధ్యాహ్నానికీ, రాత్రి భోజనానికే ఇబ్బంది.

నాకప్పుడు పాకిస్తాన్‌లోని ఈశాన్య మూలనున్న పెషావర్‌లో ఉద్యోగం. నా భార్య రావడానికి ఆరు నెలలు పడుతుంది. ఆ ఆరు నెలల కోసం ఒక వంటమనిషిని ఏర్పాటు చేసుకొనే అవసరం వచ్చింది. అక్కడ 'వంటమనిషి కావలెను' అని ఎవరూ ప్రకటనలివ్వరు. తెలిసిన వాళ్ళకీ వీళ్ళకీ చెప్పి అలా విచారించి పట్టుకోవాలి.

పెషావర్ రోజులు గుర్తొచ్చినప్పుడల్లా నేను కొన్ని శతాబ్దాలు వెనకకు వెళ్ళిపోయిన అనుభూతి కలుగుతుంది. తెల్లవారుజామున గుర్రాల డెక్కల 'టక్కుటక్కు' చప్పుళ్ళతోనే రోజూ మెలుకువ వచ్చేది. ఒక్కోసారి నిద్రా మెలకువా కాని స్థితిలో ఉండగా నా పడకగది కిటికీకి బాగా దగ్గరగా గుర్రపు డెక్కల చప్పుడు విని, పొరుగు దేశపు రాజెవరో నాకు లేఖ పంపాడేమో అన్న ఊహతో ఉలిక్కిపడి లేచేవాడిని.

కొత్తగా పెళ్ళయిన అమ్మాయిలు తమ భర్త ఇంటికి పల్లకిలో వచ్చి దిగడాన్ని కూడా నేను మా ఇంటి మేడ మీద నుండి చూస్తుండే వాడిని. బంధువుల సమేతంగా, మంగళవాద్యాలు మ్రోగుతుండగా, నలుగురు బలమైన బోయీలు పల్లకిని మోసుకొస్తారు. ముందుగా పల్లకినుండి ఒక తెల్లటి పాదం నేలమీద మోపబడుతుంది. తర్వాత జరీ పరదా వేసుకున్న అమ్మాయి ఆకారం కనిపిస్తుంది. ఆ నాజూకైన

నడకలోనే ఆమె ఎంత గొప్ప అందగత్తో తెలిసిపోతుంది!

బళ్ళకూ ఉద్యోగాలకూ వెళ్ళే జనంతో వాహనాలతో రద్దీగా కిటకిటలాడే పొద్దునపూట కూడా, ఒంటి గుర్రపు చెక్కబండి మీద వెళ్ళే కుర్రకారు, బెన్‌హర్ సినిమాలోని గుర్రబ్బళ్ళ రేసుని గుర్తు చేస్తుండేవారు. సరికొత్త మాడల్ కార్లు, రంగురంగుల బొమ్మలు వేయబడిన బస్సులు, ఆటోలు, స్కూటర్లు, సైకిళ్ళతో కిక్కిరిసే రోడ్డు మీద ఈ గుర్రబ్బళ్ళు ఆశ్చర్యంగానే అనిపించేవి. రోడ్ల మీద ఎటువైపు చూసినా షటిల్ కాక్‌ని బోర్లించినట్టు నల్లటి పర్దా వేసుకున్న ఆడవాళ్ళూ, తెల్లటి సల్వార్ కమీజ్ వేసుకునున్న మగవాళ్ళూ తిరుగుతూ వుండేవారు.

అన్ని వసతులూ వున్న నగరమే అయినప్పటికీ ఒక వంటమనిషి దొరకడం మాత్రం ప్రయాసే అయ్యింది. ఆఫీసులో చాలామందికి చెప్పి ఉంచాను. నేనుండే ఇంటి ఓనర్‌కి చెప్పినప్పుడు, రష్యా యుద్ధంనుండి తిరిగివస్తున్న అఫ్ఘాన్లలో అద్భుతమైన వంటవాళ్ళుంటారు, వాళ్ళలో ఒకర్ని చూసుకోండి – అని సలహా ఇచ్చాడు.

మా యింటికి కొంచం దూరంలో ఒక నీటి కాలువ ఉంది. ఒకరోజు కొందరు పిల్లలు ఆ కాలువలో గేదెల్ని తోముతున్నారు. ఒక పిల్లాడు నల్లటి గేదె మెడ పట్టుకుని వేలాడుతున్నాడు. వీళ్ళు వాడినీ కలిపి కడుగుతున్నారు. పొడవైన ముక్కుల పక్షులు కొన్ని పైకి ఎగురుతూ ఆ కాలవ నీటిలో డైవ్ చేస్తున్నాయి. ఒకరోజు మా ఇంటి మేడ మీద నిల్చుని అవన్నీ చూస్తూ కాలక్షేపం చేస్తున్నాను.

ఇంతలో ఎవరో కాలింగ్ బెల్ నొక్కారు. వచ్చింది మా ఆఫీసులో పని చేసే ముంతాజ్ (ముంతాజ్ అంటే సినీ నటి పేరు కాదు పెషావర్‌లో ముంతాజ్ మగవాడి పేరు!) వాడు ఉద్యోగం చేసేది మా ఆఫీసులోనే అయినా వాడి మనసు మాత్రం వేయి అడుగుల ఎత్తులో ఎగురుతూ ఉంటుంది. గద్దలను పట్టి, ప్రతి ఏడూ వచ్చే అరబ్ దేశపు వ్యాపారులకు అమ్మడమే వాడి అసలు ఉద్యోగం. టోపీ వేయడాన్ని అలవాటు చేసిన నల్లరంగు ఆడ గద్ద ఒక్కదాన్ని అమ్మితే, ఆఫీసులో ఏడాది పనిచేస్తే వచ్చే జీతమంత వస్తుందనేవాడు.

ముంతాజ్ పక్కన ఒక మసలాయన తాడిచెట్టులో సగం ఎత్తుతో నిల్చుని ఉన్నాడు. మందపాటి గాడా గుడ్డతో కుట్టించుకున్న సల్వార్ కమీజ్ వేసుకుని, దానికంటే మందమైన శాలువా కప్పుకొని దాని కొంగును వెనక్కి వేసుకునున్నాడు. పండిన జామపండులా పచ్చగా ఉన్నాయి అతని కళ్ళు. చూస్తే వంటమనిషిలా అనిపించలేదు. నన్ను చూడగానే మిలిటరీవాడిలా ఒక కాలుతో నేలను తన్ని స్టిఫ్‌గా నిలబడి సల్యూట్ చేశాడు. సల్యూట్ అవ్వగానే ఎర్రని చిగుర్లు కనిపించేలా నవ్వాడు.

ప్రశ్నలు అడగడం మొదలుపెట్టాను. జవాబులన్నీ ఒకటీ రెండు పదాలతో మాత్రమే వచ్చాయి. తనకు తెలిసిన పదిహేను ఆంగ్ల పదాలతో జవాబు చెప్పగలిగే ప్రశ్నలు మాత్రమే నేను అడుగుతున్నాననుకున్నాడేమో. అతనిది అఫ్ఘాన్‌లో టోరాబోరా గ్రామం. అమెరికా అగ్రరాజ్యపు B-52 బాంబర్లు ఆ గ్రామం మీద వేయికి పైబడిన బాంబులను వేసి నేలకూల్చబోతున్నాయని అప్పటికి ఆ ముసలాయనకి తెలియదు. నాకూ అది ఊహించడానికి అవకాశం లేదు. అతని ఇద్దరు కొడుకులూ రష్యా యుద్ధంలో చనిపోయారట. మిగిలున్న ఒక్క కూతురితో ఉండిపోదాం అని పెషావర్ వచ్చినట్టు చెప్పాడు.

అతను పట్టుకొచ్చిన గోనెసంచి నుండి ఓ పెద్ద సైజు దానిమ్మ పండును తీసి నాచేతికిచ్చాడు. మా ఇంటినుండి రెండు నిముషాల దూరంలోనున్న సంతలో చౌక ధరకే ఇలాంటివి దొరుకుతాయి. అలాంటిది ఎనభై మైళ్ళ దూరంలోనున్న టోరాబోరా నుండి మోసుకొచ్చాడు, మా తోటలో పండినవి అంటూ. అయినా, ఇంత ఎర్రని పళ్ళు సంతలో దొరక్కపోవచ్చుననిపించింది.

"మీకు ఏం వంటలొచ్చు?" అడిగాను.

"అన్నీ వచ్చు!" జవాబిచ్చాడు. ఆ జవాబు నిడివి సరిపోదని అనుకున్నాడో ఏమో, చెప్పక వదిలేసినదాన్ని నవ్వుతో పూరించాడు.

ముంతాజ్ బహుభాషా ప్రావీణ్యుడు. ముసలాయన ఆంగ్లంలో చెప్పలేని వాటిని అనువాదం చేశాడు. అప్పుడప్పుడూ తనవంతుగా ముసలాయన తరఫున కొన్ని విన్నపాలూ పెట్టాడు. ఏవి ముసలాయన చెప్తున్నవో, ఏవి ముంతాజ్ చెప్తున్నవో తెలియని గజిబిజి! ఈ ముసలాయనకి ఉద్యోగం ఇవ్వాల్సిన అవశ్యకతను, అతను పడుతున్న కష్టాలను, కొన్ని రహస్యమైన కుటుంబ పరిస్థితులనూ బహిరంగపరిచాడు. ఆ వివరాలకూ ముసలాయన వంట పరిజ్ఞానానికీ సంబంధం ఏంటో నాకర్థంకాలేదు.

ఇంటర్వ్యూ ఒక కొలిక్కి వచ్చింది. అతని జవాబులు క్లుప్తంగానూ, నవ్వులు నిడివిగానూ వున్నాయి. నేనేదో మిలిటరీకి మనుషుల్ని ఎంపిక చేస్తున్నట్టుగా ఎవరో అతనికి తప్పుడు సమాచారం ఇచ్చినట్టుగా, ఇంకా స్టిఫ్‌గానే నిల్చుని ఉన్నాడు. అతని వంట పనితనం గురించిన సమాచారం మాత్రం ఇంటర్వ్యూ మొదలు పెట్టినప్పుడు ఎలాగైతే ఉందో ముగిసేటప్పుడూ అలానే ఉంది. మరోసారి అతణ్ణి, "మీకేం వంటలొచ్చు?" అని అడిగాను. అతను మళ్ళీ, "అన్నీ వచ్చు!" అనే అన్నాడు. టోరాబోరా కొండనుండి పెషావర్ దాకా తాను చేసిన ప్రయాణమంతా ఈ ఒక్క వాక్యాన్నే కంఠతా పట్టినట్టుగా ఉన్నాడు.

ఇతనితో ఎలారా దేవుడా అని నాలో సందిగ్ధం మొదలయ్యిన విషయం నా ముఖం చూసి పసిగట్టేసినట్టున్నాడు ముసలాయన. దీన్ని సుఖాంతం చేసుకోడానికి ఏదో ఒక యుక్తితన మదిలో మెరిసి ముఖంలో వెలిగింది. ఆరు గంటలు చూపిస్తున్న గడియారపు ముల్లు తొమ్మిదికి తిరిగినట్టుగా, స్టిఫ్‌గా నిల్చుని ఉన్న మనిషి సగ్రమని పక్కకు వంగాడు. తన కమీజ్ అంచు అందుకుని పొట్ట పైదాకా లాగి సల్వార్ జేబులో చేయిపెట్టి ఏదో బయటకు తీశాడు. ఆశ్చర్యపడి పోవడానికి నన్ను నేను సిద్ధం చేసుకున్నాను. నీటిలో, చెమటలో, మరేరకమైన ద్రవంలోనూ తడిసిపోకుండా ఉండాలని చుట్టిపెట్టిన పాలిథిన్ కవర్ విప్పి, అందులో నుండి మరో పేపర్ కవర్ తీశాడు. బాగా పాతబడిపోయున్న ఆ కవర్‌ను నా చేతికిచ్చాడు. జాగ్రత్తగా ఆ కవర్ తెరచి అందులోని ఉత్తరాన్ని బైటికి తీశాను. అది ఎనిమిదిగా మడిచిన కాగితం. ఎప్పుడెప్పుడు ముక్కలుగా విడిపోయి గాలికి ఎగిరిపోతుందా అన్నంత అపాయకరస్థితిలో ఉంది ఆ లేఖ. మడతలని జాగ్రత్తగా సవరించి విప్పాను. తేదీ చూశాను. నేను పుట్టిందదే సంవత్సరంలో. ముసలాయన ఇంకా చిన్నవాడిగా ఉన్నప్పుడు అతను చాకిరీ చేసిన తెల్లదొర రాసిన లేఖ అది. తన దగ్గర పనిచేసిన ఒకరి విశ్వాసానికీ ఘనతనానికీ సాక్ష్యం పడుతూ ఎన్నో ఏళ్ళక్రితం ఒక తెల్లదొర టైపు చేసి ఇచ్చిన లేఖ అది!

"To Who It May Concern" అని మొదలైంది.

'ఇందుమూలాన చెప్పొచ్చేదేమిటంటే, ఈ లేఖను మీరు చదువుతున్నారంటే గులాం మొహమ్మద్ నజూరుద్దీన్ మీదగ్గర పనికోసం దరఖాస్తు పెట్టుకున్నాడని అర్థం. ఇతను నావద్ద రెండేళ్ళు వంటమనిషిగా పనిచేశాడు. ఇతనికి వంట రాదు. చాలా మంచి వ్యక్తి. మిగిలిన ఏ పని ఇచ్చినా చేస్తాడనే నమ్ముతాను.'

విల్‌ఫ్రెడ్ స్మిత్ *(సంతకం)*

క్లుప్తమయిన ఆ లేఖను ఎలా ఉన్నదో అలా చిరిగిపోకుండా కవర్లో పెట్టి అతనికందించాను. అతను ప్రపంచంలోని ఏ ఒక్క భాషనీ చదవడం రాయడం చేతకానివాడు అని తెలిసిపోయింది. అందులో ఏం రాసివుందో తెల్సుకోడానికి ఎటువంటి ప్రయత్నమూ చెయ్యకనే ఇన్నేళ్ళుగా దాచుకున్న ఆ లేఖను రెండు చేతులతో తీసుకున్నాడు. సానుకూలమైన స్పందనకోసం నా ముఖంలోకి చూశాడు. ఇరవై సెకండ్లలో తనకివ్వబోతున్న ఉద్యోగ బాధ్యతలను చేపట్టాలన్న ఉత్సాహం ముసలాయన కళ్ళలో కనిపించింది. ముఖంలో విజయగర్వం. నోరు మరో రెండంగుళాలు పెద్దది చేసుకుని నవ్వాడు. అతను మోసుకొచ్చిన దానిమ్మ పండు రంగులో ఉంది ఆ నవ్వు!

[మూలం:'టోరాబోరా సమయల్‌కారన్', www.amuttu.net]

పది రోజులు

ఇస్లామాబాద్ ఎనిమిది భాగాలుగా నిర్మించబడ్డ నగరం. అక్కడ ఎఫ్ ప్రాంతంలో అద్దె ఇళ్ళు దొరకడం అన్నది బ్రహ్మ ప్రళయం అనే చెప్పాలి. ప్రభుత్వోద్యోగులు, మిలిటరీ అధికారులు, రాజకీయంగా పలుకుబడి ఉన్నవారూ మాత్రమే అక్కడ ఇళ్ళు కట్టుకుని నివసిస్తుంటారు. కాబట్టి అద్దె వాటాలన్నవి తక్కువ. ఉన్న కొన్నిటికీ అవి ఖాళీ కాకముందు నుండే టెనంట్‌లు ఎదురు చూస్తుంటారు. ఏ గొప్ప ప్రభుత్వాధికారికో ముందరే చెప్పివుంచి ఓ ఐదారు నెలలు కాచుకునుంటే ఇల్లు దొరకచ్చు. అలాంటి ఒక ప్రయత్నంతోనే నేను అక్కడొక ఇల్లు వెతుక్కుని అద్దెకు దిగాను.

ఇంటి చుట్టూ పెద్ద పెద్ద చెట్లు. ఎండగా వున్నప్పుడు డాబా మీదకెక్కిచూస్తే మర్గెల్లా కొండలు కనబడుతాయి. వీధులు, రోడ్లు ఒకదానికొకటి సమకోణంలో ఉంటాయి. ఎత్తయిన మేడ మీదనుండి చూస్తే ఊరంతా చతురస్రాల్లా కనబడుతుంటుంది. మావీధి మొత్తం నేరేడు చెట్లు వుండటం వల్ల ఎప్పుడూ చల్లగానే ఉంటుంది. మార్కెట్లూ షాపులూ లేకపోవడంతో వాహనాల రద్దీ, కాలుష్యం, దుమ్ము ఉండవు. వీధులు శుభ్రంగా ఉంటాయి. అలా ఉండటం ఒకరకంగా మంచిదే అయినప్పటికీ ఏ వస్తువు కావాలన్నా దూరానున్న బజారుకు వెళ్లాల్సివుంటుంది. ఒక మంచి ఇల్లు దొరికేప్పుడు ఒకటి ఉంటే మరొకటుండదన్నది తెలిసిందే కదా!

సాయంకాలం సరిగ్గా ఆరవ్వగానే ఒక్కొక్క ఇంటికీ ఒక్కో చౌకీదార్ వచ్చేవాడు. వారి చేతుల్లో ఒక రూళ్ళ కర్ర, రగ్గు, రాత్రి భోజన సంచీ, టార్చిలైటు ఉండేవి. ఒకరికొకరు అభివాదం తెలుపుకుని, కుశల ప్రశ్నలు పూర్తయ్యాక గుంపుగా నమాజ్ చేసేవాళ్ళు. తర్వాత, గుంపులు గుంపులుగా కూర్చుని తెచ్చుకున్న భోజనం సంచులు

ముందు పెట్టుకుని తినేవాళ్ళు. నిలబెట్టివుంచిన నులక మంచాలు వాల్చుకుని దమ్ము కొట్టేవాళ్ళు. ఇంటి యజమానులు నిద్రపోయిన ఐదో నిముషం నిద్రపోయేవాళ్ళు. మరుసటి రోజు తెల్లవారుఝామున ఇంటి యజమాని లేవడానికి ఐదు నిముషాలు ముందే నిద్రలేచి ఎవరిళ్ళకు వాళ్ళు వెళ్ళిపోయేవారు.

మా వీధిలో ఒక బడ్డీ కొట్టు ఉండేది. నాకు ఆ వీధిలో దొరికిన మొదటి స్నేహితుడు ఆ కొట్టతనే. పేరు నవాజ్. ఉదయం ఆరు గంటలకి కొట్టు తెరిస్తే రాత్రి ఎనిమిదికి కట్టేసేవాడు. వారంలో ఏడు రోజులూ వ్యాపారం జోరుగా సాగేది. ఉదయం నుంచీ వాడి దగ్గరకు పేపరు, పాలు, పాన్, సిగరెట్, బ్లేడ్- ఇలా ఏదో ఒకటి కొనేందుకు ఆ వీధివాసులు వస్తూనే ఉంటారు. నవ్వు ముఖంతో హుషారుగా వస్తువులందిస్తూ డబ్బు తీసుకుంటూ ఉంటాడు నవాజ్.

1960లో అయూబ్ ఖాన్ ఇస్లామాబాద్ నగరాన్ని నిర్మించి పాకిస్తాన్ రాజధానిగా చేశాడు. అన్ని రకాలుగానూ ప్లాన్ చేసి అన్ని సౌకర్యాలతోనూ నిర్మించబడిన నగరం కాబట్టి పచ్చని చెట్లతోను, చుట్టూ కొండలతోనూ కళకళలాడుతుంటుంది. నగరం నిర్మించిన తొలి రోజుల్లో నవాజ్ తండ్రి ఆ బడ్డీకొట్టు పెట్టుకున్నాడు. అతనికి జబ్బు చేయడంతో నవాజ్ ఈ కొట్టు బాధ్యతని తనభుజాలకెత్తుకుని నడుపుతున్నానని నాతో చెప్పాడొక రోజు.

ఎన్నేళ్ళయిందని అడిగాను. "నా పద్దెనిమిదో ఏటనుండి ఉన్నానిక్కడ. ఇప్పుడు నాకు ముప్పై ఎనిమిది. ఇరవైయేళ్ళు! సంవత్సరంలో 365 రోజులూ పనిచేస్తున్నాను. ఇక్కడ నివసించే అందరూ, వాళ్ళ పిల్లలూ, మనవళ్ళూ అందరూ తెలుసు నాకు!" అన్నాడు.

నవాజ్ స్వగ్రామం లైలాపూర్. అది ఇస్లామాబాదు నుండి 160 మైళ్ళ దూరానుంది. ముసలివాళ్లయిన తల్లిదండ్రులను చూడటానికి వెళ్ళేవాడు కాదు నవాజ్. వాళ్ళేవచ్చి చూసి వెళ్ళేవారు. 'సంవత్సరమంతా విరామం లేకుండా పని చేసేవాడు ఎలా వెళ్ళగలడు?' అని నన్నే అడిగేవాడు.

"నవాజ్, నువ్వెందుకు పెళ్ళి చేసుకోలేదు?" ఒక రోజు అడిగాను.

"పేదవాళ్ళు ఉన్నపళంగా పెళ్ళి చేసుకోలేరు. అమ్మాయికి కన్యాశుల్కం ఇవ్వడానికి డబ్బులు కూడబెట్టాలి," అన్నాడు.

అలా చెప్తున్నప్పుడు వాడి కళ్ళు కొట్టు పలకలకు అంటించివున్న ఎందరో హిందీ సినిమా నటీమణుల పోస్టర్ల మీద ఒక క్షణం వాలి తిరిగొచ్చాయి. డింపుల్

కపాడియా, నీతూ సింగ్, పర్వీన్ బాబి, పూజా భట్, శ్రీదేవి, నీలమ్ అని అప్పట్లో పాకిస్తాన్‌లో కూడా ప్రసిద్ధులైన నటీమణులందరూ అక్కడ వరుసగా వాడికోసం వేచివున్నారు.

"నిన్ను మీ అమ్మానాన్నలు బడికి పంపించలేదా?" అడిగాను.

"ఏదో పంపించారు. ఉర్దూ కొంచం రాయడానికీ చదవడానికీ వచ్చు. లెక్కల్లో కూడిక, తీసివేత మాత్రమొచ్చు. గుణించడం రాదు. మా తలిదండ్రులకి ఆర్థిక స్థోమత లేదు. చిన్నపిల్లాడిగా ఉన్నప్పుడు, మా ఇంట్లో కోడి మాంసం తినాలంటే నాకైనా జబ్బు చెయ్యాలి, లేదా కోడికైనా జబ్బు రావాలి..."

నేరేడు పళ్ళ అదనులో ఆ వీధంతా నేరేడు పళ్ళు నేల రాలేవి. అయితే వాటిని ఏరుకోడానికి పిల్లలు ఉండరక్కడ. అక్కడ నివసించే పిల్లలందరూ నాగరికులు. వీధిలో పడిన వాటిని ఏరుకునే స్వతంత్రం లేదు వాళ్ళకు. కొట్టు బయట నిల్చుని సరుకులమ్మే నవాజ్ నెత్తిన రోజుకు వంద పళ్ళయినా రాలేవి. దాంతో వాడి తెల్లటి సల్వార్ కమీజ్ ఊదా రంగులోకి మారిపోయేవి. అలాంటప్పుడు ఎండకి ఎర్రగా మెరిసే దేహంతో, వెనక్కి దువ్విన పొడవాటి జుట్టుతో పంజాబి నటుడిలా అందంగానే కనిపించేవాడు.

అలాంటొక నేరేడు పళ్ళ సీజన్‌లో నేను ఆఫీసునుండి వెనక్కి వచ్చేసరికి నా ఇల్లు కనిపించలేదు. వీధి పేరు చూస్తే, నేనుంటున్న వీధే! అయితే వీధినంతా ఆక్రమించి పందిరి వేసేశారు. నేను కారునలా నిలబెట్టి ఏం చెయ్యాలా అనిఆలోచిస్తుంటే, నా ఇంటి ఓనర్, పదవీవిరమణ చేసిన మిలిటరీ మేజర్, నగిషీ పనిచేసి వున్న ఖరీదైన చెప్పులు వేసుకుని, చేతికర్ర తిప్పుకుంటూ నాదగ్గరకొచ్చాడు. నాకు వణుకు మొదలైంది.

వచ్చిన కొత్తల్లో కొన్నిసార్లు మేజర్‌తో మాట్లాడాను. మనం ఏది చెప్పినా దానికి విరుద్ధంగా ఒక అభిప్రాయం చెప్పేవాడతను. అలా ఒక ఎన్నటికీ కొలిక్కిరాని వివాదమొకటి మొదలయేది. సంభాషణల్లో పొరపాటున కూడా బంగ్లాదేశ్-పాకిస్తాన్ యుద్ధం గురించిన ప్రస్తావన తీసుకురాకూడదు. తెస్తే, మనిషిలో భావావేశం కట్టలు తెంచుకుని పొంగిపొరలుతుంది. మనిషి నేలమీద నుండి ఒక అడుగు పైనే తేలిపోగలడు. మనం అతని అభిప్రాయాలన్నిటితో ఏకీభవించాక కూడా ఓ అర్ధగంట చర్చని కొనసాగించగలడు.

అతను మిలిటరీలో పని చేసినవాడన్న సంగతి చూడగానే ఎవరికైనా తెలిసిపోతుంది. దృఢమైన దేహం, తగిన ఎత్తు. ముఖం మాత్రం అప్పుడే ఎవరినో కొరికేసి వచ్చినవాడిలా ఉంటుంది. అయితే ఆ పూట మాత్రం దరహాసాన్ని

తెచ్చిపెట్టుకుంటూ 'తన కొడుకు పెళ్ళి ఏర్పాట్లకని పందిళ్ళవీ వేశామనీ, శ్రమ కలిగించుతున్నందుకు క్షమించమనీ కారు వీధి చివర్లో పెట్టి ఇంటికి నడిచి రమ్మనీ' ప్రాధేయపడ్డాడు. నా ఒక్కడి కారే కాదు ఆ వీధిలో అందరి కార్లూ వీధి చివరే ఉన్నాయి. కార్లను చూసుకోడానికని ప్రత్యేకించి ఒక మనిషిని కూడా ఏర్పాటు చేసుంచాడు.

మరుసటి రోజు పొద్దున నాకు మరో ఆశ్చర్యం ఎదురయింది. బడ్డీ కొట్టు కనిపించలేదు. అదున్న చోటు ఖాళీగా ఉంది. నవాజ్ ఎక్కడ అంటే జవాబివ్వడానికి నసుగుతున్నారు. ఆ వీధి వాసులకు ఆ రోజు పేపర్, పాలు, పాన్, సిగరెట్-ఏవీ దొరకలేదు. దూరానున్న బజారుకెళ్ళాల్సొచ్చింది. పందిరి వెయ్యడానికి అడ్డంగా ఉందంటూ బడ్డీని తీసేయమని చెప్పారట. నవాజ్ రెండు రోజులు వ్యవధి అడిగాడట. వాళ్ళు ఇవ్వకపోగా, బడ్డీ కొట్టుని పగలగొట్టి అతణ్ణి తరిమేశారట. పాకిస్తాన్‌లో మామూలుగా మాట్లాడేప్పుడు ఉర్దూలో మాట్లాడుకుంటారు. ఎవరినైనా తిట్టాలనుకుంటే మాత్రం పంజాబీ అందుకుంటారు. ఎందుకంటే పంజాబీ తిట్టడానికే సృష్టించబడిన భాష అన్నది వాళ్ళ అభిప్రాయం. ఆ రోజు మేజర్ పంజాబీలో తిట్టాడు అన్న విషయం ముఖ్యాంశంగా మాట్లాడుకున్నారు జనం.

పెళ్ళి ఇంటి ఏర్పాట్లు బహు ఘనంగా, బ్రహ్మాండంగా జరుగుతున్నాయి. రకరకాల షామియానాలూ, జరీ తెర అలంకారాలూ, రంగురంగుల లైట్లూ కళ్ళకు కొడుతున్నాయి. లాహొర్ నుండి తెప్పించిన ఎరుపు, తెలుపు, పచ్చ రంగు గులాబీలు కుప్పలు కుప్పలుగా పోసివున్నాయి. ఈ వేడుకలన్నీ నాలుగు రోజులు జరిగుతాయని ప్రకటించారు. నా పోర్షన్ మీటర్ బాక్స్ నుండి కరెంటు తీసుకుని స్తంభాలకూ చెట్లకూ లౌడ్ స్పీకర్‌లు కట్టి సినిమా పాటలు మ్రోగించారు. పాటల మోతకి ఇళ్ళలో ఒకరితో ఒకరు మాట్లాడుకోవడం కూడా వినిపించేది కాదు. ఆ మోత ఇరవై నాలుగు గంటలూ నిర్విరామంగా సాగింది. అప్పుడే విడుదలయిన మాధురీ దీక్షిత్, సంజయ్‌దత్ నటించిన ఖల్‌నాయక్ సినిమా ఇస్లామాబాద్‌లోని థియేటర్లలో విజయవంతంగా ఆడుతూఉంది. అందులోని చోళీకే పీచే క్యా హై అన్న ప్రసిద్ధమైన పాటని కనీసం రెండు వందల సార్లయినా మోగించారు. ఎవరైనా వచ్చి చోళీ విప్పిచూపితేగానీ ఆపరేమో అనిపించింది. నా మీటర్ బాక్స్ నుండి అరువుకు తీసుకున్న కరెంట్‌తోనే ఈ పాటలు మోగిస్తున్నారు. దీన్ని ఎప్పుడైనా ఆపించే శక్తినాకుంది అనుకోగానే నాకు నవ్వొచ్చింది.

ఇన్ని ఇబ్బందుల మధ్యన కూడా ఒక ఊరట ఏంటంటే, సాయంత్రమయ్యే సరికి పెద్దపెద్ద ఇత్తడి పళ్ళాల్లో రకరకాల ఆహార పదార్థాలు వడ్డించి, వాటిమీద అందమైన వెండిరేకు కప్పి ఆ వీధిలో ఉన్న అందరి ఇళ్ళకీ సరపరా చేయబడ్డాయి.

పెళ్ళికని వీధిని ఆక్రమించుకున్న ఆ నాలుగు రోజులూ రుచికరమైన ఆహార పదార్థాలు ఎన్నోరకాలు, మేజర్ గారి ఇంటినుండి అందరి ఇళ్ళకీ వచ్చాయి. వీధివాసులెవరూ వారివారి ఇళ్ళల్లో వంటలు చెయ్యలేదు. చౌకీదార్లు వారి భోజనాల సంచులు తెచ్చుకోలేదు. నందికోట్ నుండి రప్పించబడిన వంటవాళ్ళు వండిన ఆహార పదార్థాల రుచి జీవితాంతం మరిచిపోలేమన్న విషయంలో ఆ వీధిలో ఎవరికీ భిన్నాభిప్రాయం లేదు.

పెళ్ళికూతురిని ఇంటికి తీసుకొచ్చిన మరుసటి రోజు రాత్రి, ప్రసిద్ధ ఖవ్వాలి గాయకుడు నుస్రత్ ఫతే అలీఖాన్ తన పరివారంతో వచ్చాడు. తను పాడటానికి రాలేదు. మేజర్‌కి బాగా దగ్గరివాడు అని చెప్పుకున్నారు. అయితే ఈ వార్త నిప్పులా నలుమూలలా పాకింది. చుట్టుపక్కల జనాలంతా మా వీధికొచ్చేశారు. మేజర్, అతణ్ణి ఒకే ఒక్క పాట పాడమని వేడుకున్నాడు. నుస్రత్ ఇలాంటి పెళ్ళి వేడుకల్లోనో మరోచోటో పాడడు అన్నది అందరికీ తెలుసు. అయితే తన స్నేహితుడి కోరిక మేరకు తన నియమాన్ని పక్కనబెట్టి ఒకే ఒక ఖవ్వాలి పాడాడు. అతని కంఠం నుండి వెలువడిన పాట అక్కడి జనాలని మంత్రం వేసినట్టు కట్టిపడేసింది. పాట పూర్తవ్వగానే జనాలు కొట్టిన చప్పట్లు ఆగడానికి చాలా సమయం పట్టింది. వీధిలోనే కాదు వీధికి అవతలవరకు నిల్చుని విన్నారు ఆ పాటని. 'మరొక పాట!' అని అరిచారు. నాకు మాత్రం తిల్లానా మోహనాంబాళ్ సినిమాలో సింగపూర్ జమీందార్ బంగ్లా ముందు శివాజీ గణేశన్ నాదస్వరం వాయించిన దృశ్యం గుర్తొచ్చింది.

ఐదారు రోజుల తర్వాత ఆ పందిరి విప్పినప్పుడు ఉన్నట్టుండి ఇది మన వీధికాదేమో అన్నట్టు బోసిపోయింది. నాలుగు రోజుల వేడుకలనంతరం మేమెవరం మామూలు స్థితికి రాలేకపోయాం. నా ఇంటి మీటర్ బాక్స్ నుండి కరెంట్ తీసుకుని మోగించిన మోత ఆగిపోయింది. ఆ మోతకి అలవాటుపడిన చెవులకి ఈ నిశబ్దం అలవరుచుకోడానికి సమయం పట్టింది. ఇత్తడి పళ్ళాల్లో వచ్చే రుచికరమైన భోజనాలు ఆగిపోయాయి. తెల్లవారంగానే ప్రతి ఇంటివారూ బడ్డీ కొట్టు నవాజ్ వచ్చేశాడా అని వచ్చిచూసేవారు. పది రోజులుగా వాడు లేడు. సరిగ్గా పదకొండవ రోజు ఉదయం కొత్తగా ఒక బడ్డీ కొట్టు వెలిసింది. నవాజ్ ఏమీ జరగనట్టే ఊదా రంగులోకి మారిపోయిన తన తెల్ల సల్వార్ కమీజ్ వేసుకుని, దువ్విన తన పొడవు జుట్టుతో, పందుంపుల్లని నోట్లో పెట్టుకుని పళ్ళు తోముతూ కనిపించాడు. ఆ రోజు వాడి దగ్గరకి వెళ్ళిన మొదటి కస్టమర్ నేనే. పేపరూ పాలూ కొన్నాను. వాడు ఇన్ని రోజులూ ఎక్కడికెళ్ళాడూ ఎందుకెళ్ళాడూ అన్నదాని గురించి నోరే తెరవలేదు. అయితే వాడడిగిన మొదటి ప్రశ్న, "సార్, ఫతే అలీఖాన్ ఖవ్వాలి పాడాడట కదా, నిజంగానా?!"

"అద్భుతమైన సంగీతం. అర్ధగంట ఆపకుండా పాడాడు!" అన్నాను. వాడి కళ్ళల్లో వర్ణించలేనంత నిరాశ. "అవునా? అతను మా ఊరి వాడే. అతను తాగిన నీళ్ళనే నేనూ తాగాను. అతను పీల్చిన గాలే నేనూ పీల్చాను. అతను నడచిన మట్టిలోనే నేనూ నడిచాను. అయితే అతని పాటను ఒక్కసారి కూడా ప్రత్యక్షంగా కచేరీలో వినలేదు..." అని అంటుండగానే అతని గొంతుని దుఃఖం కమ్మేసింది ముఖాన్ని నిరాశ అలముకుంది.

నవాజ్ నా ముఖం చూసి మాట్లాడలేదు. అడిగిన ప్రశ్నను కూడా చేతిలో ఉన్న పందుంపుల్లని చూస్తూనే అడిగాడు. కొత్తగా పెళ్ళయిన మేజర్ కొడుకుని తన భుజాల మీద ఎత్తుకున్నట్టు నవాజ్ అదివరకే ఒకసారి చెప్పాడు. సరిగ్గా అదే సమయానికి మేజర్ కొడుకు నిద్ర కళ్ళతో ఊగుతూ వచ్చాడు. నవాజ్ హుషారుగా సర్దుకున్నాడు. వచ్చిన యువకుడు 'సిగరెట్' అన్న ఒక్క మాట మాత్రమే పలికాడు. ఒంటె బొమ్మ ఉన్న సిగరెట్ పెట్టె తీసి ఒంటెలా ఒళ్ళు వంచుకుని నవాజ్ చేయి చాచి పెట్టె అందించాడు. యువకుడు సిగరెట్ ప్యాకెట్ మీదున్న మైకా పేపర్‌ని ఒక్కసారికే చించిపడేసి ఒక సిగరెట్ తీసి నోట్లో పెట్టుకున్నాడు. లైటర్‌తో నవాజ్ దాన్ని వెలిగించాడు. యువకుడు ఏదో గొణిగాడు. నాకప్పుడు అమెరికాని నిర్మించిన వాళ్ళలో ఒకడైన బెంజమిన్ ఫ్రాంక్లిన్ అన్నమాట గుర్తొచ్చింది: 'ఆత్మాభిమానం వదులుకోవడం వల్ల పేదలెప్పుడూ నడుం వంచుకున్నట్టే కనబడతారు. ఖాళీ గోనెసంచి నిటారుగా నిల్చోగలదా?'

పాలూ, పేపరూ పట్టుకుని నేరేడు పళ్ళమీద నడుచుకుంటూ ఇంటివైపుకు వెళ్ళాను. ఆ రాత్రి పడుకునే ముందు టీవీలో డిస్కవరీ చానెల్ చూస్తూ ఉన్నాను. చలికాలం మొదలయ్యే ముందు కారిబూ జింకలు ఉత్తర ధృవం నుండి దక్షిణంగా వలసపోవడాన్ని చూపించారు. నేల కనిపించనంతగా అవి గుంపులు గుంపులుగా నడుస్తున్నాయి. దూరంగా రాతిబండ మీద ఒక తోడేలు ఏం తోచనట్టూ కూర్చుని ఉంది. వెంటనే ఆ ముప్పై లక్షల జింకలూ కట్టలు తెంపుకున్న నీళ్ళలా వేరే దిక్కుకు పరుగులు తీశాయి. విలేకరి, 'ఎందుకివి ఇలా భయపడి పరిగెడుతున్నాయి?' అని అడిగాడు. దానికి సైంటిస్టు, 'వాటి జీన్స్‌లో 'భయపడు' అన్న విషయం రాయబడి ఉంది' అని అన్నాడు. మనుషుల్లోనూ కొందరిలో ఇలాంటి ఆజ్ఞలు వాళ్ళ జీన్స్‌లో రాయబడి ఉన్నాయేమో అని ఆలోచిస్తూ నిద్రలోకి జారుకున్నాను.

ఏడాదిలో 365 రోజులూ పనిచేసే నవాజ్, ఆ సంవత్సరం 355 రోజులు మాత్రమే పనిచేశాడు. నేరేడు పళ్ళ సీజన్ వెళ్ళిపోయి చలికాలం మొదలయినపుడు,

నవాజ్ కొట్టుకు వచ్చే జనం స్వెట్టర్లేసుకుని వచ్చేవారు. సాయంత్రం వేళల్లో వాకింగ్ చేసేవారు. అప్పుడప్పుడూ ఆ కొత్త దంపతులూ కనిపించేవారు. పెళ్ళిరోజు ఆ అమ్మాయిని నేను సరిగ్గా చూడలేదు. ఆమె ఆకర్షణీయంగా అందంగా ఉంది. కరాచీ నుండి తెచ్చుకున్న నాజూకైన కోడలు మరి! ఛాతీ విరుచుకొని ఆమె ముందు నడుస్తోంటే, అతను ఆమె వెనక నడిచాడు.

చాలా రోజుల తర్వాత ఒక రోజు పొద్దున ఆశ్చర్యకరంగా మేజర్ వీధిలో కనిపించాడు. వదులైన కమీజ్‌ని పంటితో పట్టుకుని సల్వార్ బొందుని బిగించుకుంటూ నవాజ్ కొట్టువైపుకి నడుస్తున్నాడు. ప్రసవించిన స్త్రీ పొట్టమీది చారల్లా ఒక నల్లటి చార ఇతని తెల్లటి దేహం మీద కనబడింది. అతని దేహానికి వయసయినప్పటికీ పొట్ట మాత్రం ముప్పై ఏళ్ళు దాటలేదేమో అనిపించేలా వుంది. బంగ్లాదేశ్ యుద్ధంలో అతను గొప్ప సాహసాలు చేశాడని విని ఉన్నాను. అయితే, అతను సాధించిన గొప్ప ప్రతాపం ఏమీ లేదు. యుద్ధంలో చెరపట్టబడిన 91,000 మంది పాకిస్తానీల జాబితాలో ఇతని పేరు లేకపోవడమే ఆ గొప్ప!

పదడుగుల దూరంలో మేజర్‌ని చూసిన నవాజ్ ఎముకల్లేని జంతువులా మారిపోయాడు. పాకుతున్నట్టు అతని వైపుకి పరిగెట్టుకుంటూ వెళ్ళాడు. బట్టలు కుట్టేవాడు సూది నోట్లో పెట్టుకుని మాట్లాడినట్టు మేజర్ ఏదో చెప్పగా, నవాజ్ పొట్టని చేత్తో పట్టుకుని ఇంకాస్త వంగి గట్టిగా నవ్వాడు. 1582వ సంవత్సరం అక్టోబర్ నెలలో ప్రపంచ క్యాలెండర్ నుండి పది రోజులను పోప్ గ్రిగోరి చించేసినట్టుగా, ఇక్కడ కూడా ఎవరో ఆ ఏడాదిలోని పది రోజుల్ని నవాజ్ క్యాలెండర్ నుండి చించిపడేశారనిపించింది.

[**మూలం: అమెరిక్కక్కారి (2009) కథా సంపుటంలోని 'పత్తు నాట్కళ్' కథ.**]

పూలగుత్తి ఇచ్చిన అమ్మాయి

పాకిస్తాన్‌లో దిగి రెండు గంటలైనా కాలేదు, ఉద్యోగమిమ్మని నాచేతికి ఐదారు దరఖాస్తులొచ్చాయి. అప్పటికి నేనింకా ఆఫీసుకెళ్ళి రిపోర్టయినా చెయ్యలేదు. నా ఉద్యోగ బాధ్యతలు స్వీకరించడానికి ఇంకా పదిహేను గంటల సమయం కూడా ఉంది. అయినా వినతి పత్రాలు మాత్రం వస్తూనే ఉన్నాయి. ఎయిర్‌పోర్ట్ నుండి తీసుకున్న ట్యాక్సీ డ్రైవర్ దగ్గర్నుండి హోటల్ సిబ్బంది దాకా అందరూ ఉద్యోగం కోరుతూ అర్జీలిచ్చారు. ఆశ్చర్యం ఏంటంటే అందరూ అదివరకే తయారుచేసి పెట్టుకున్న దరఖాస్తు పత్రాలనివ్వటం. 'ఏం ఉద్యోగం కోసం విన్నపం పెట్టుకుంటున్నారు?' అనడిగితే, 'ఏ పనైనా ఫరవాలేదు' అన్నారు. వీళ్ళందరూ తెల్లవారుతూ ఇంటినుండి బయటికొచ్చేప్పుడే ఒకటి రెండు దరఖాస్తు పత్రాలు తయారుచేసుకుని బయలుదేరేలా ఉన్నారు.

పాకిస్తాన్‌లోని వాయవ్య ప్రాంత నగరమైన పెషావర్‌లో నాకు ఉద్యోగం. నగరంలో ఏమూలన చూసినా నటి శ్రీదేవి ముఖం కనిపిస్తోంది. ఎక్కడ కాస్త ఖాళీ ఉంటే అక్కడ శ్రీదేవి ఉన్న పోస్టర్‌ని చూడవచ్చు. ఆటో రిక్షాల వెనకున్న తెర మీద కూడా శ్రీదేవి నవ్వుతూ ఊగుతూ ఉంది. హిందీ సినిమాల్లో శ్రీదేవి పేరు మారుమోగుతున్న కాలం అది. పాకిస్తాన్‌లో అప్పుడు జరిగిన ఎన్నికల్లో ఆమె గనక పోటీ చేసి వుంటే కచ్చితంగా నెగ్గివుండేది. వాయవ్య రాష్ట్రానికి ముఖ్యమంత్రి కూడా అయ్యుండేదేమో, ఎవరికి తెలుసు!

నేను బస చేసిన హోటల్ నుండి బయటకెళ్ళి ఇల్లు వెతుక్కోవాలంటే వందలాదిమంది బ్రోకర్‌లు ఉన్నారు. వాళ్ళు హోటలుకే వచ్చి నన్ను తీసుకెళ్ళి ఇళ్ళు చూపించేవారు. ఒకరితో వెళ్ళి చూసొచ్చాక మరొకరు వచ్చి తీసుకెళ్ళి అవే ఇళ్ళను

చూపించేవారు. పాకిస్తాన్‌లో ఇల్లు వెతకడం బాగా అలుపొచ్చే పనే. అప్పటికే వర్షాకాలం మొదలైపోయుండడం వల్ల తలుపులన్నీ ఉబ్బి బిగుసుకుపోయున్నాయి. తలుపులను తోసి, కాదు, పగలగొట్టి తియ్యాల్సొచ్చింది. ఇంటి ముందున్న ట్యూబ్‌లైట్ స్విచ్ ఆన్ చేస్తే, ఇల్లంతా చూసి బయటికొచ్చేటప్పుడు అది వెలుగుతుంది.

ఒక ఇంటికి వెళ్ళినప్పుడు డైనింగ్ టేబిల్ మీద ప్లేట్లలో భోజనం సగం సగం తిన్న దశలో ఉంది. టేబుల్ కోళ్ళు నాలుగూ నీళ్ళు నింపిన నాలుగు డబ్బాలలో నానుతూ ఉన్నాయి. ఆ భోజనం తింటూ ఉన్న మనుషులు మాత్రం కనబడలేదు. దాన్ని తినలేని చీమలు కూడా కనబడలేదు. నెమ్మది మీద తెలిసిందేంటంటే ఇళ్ళు చూపించేప్పుడు ఈ బ్రోకర్‌లు ఆ ఇంటి ఆడవాళ్ళనీ పిల్లల్నీ ఒక గదిలో పెట్టి తలుపేసేస్తున్నారని. ముఖ్యంగా యవ్వనంలో ఉన్న స్త్రీలను ఎవరి కంటా పడనీయరని. ఐదు గదులున్న ఒక ఇల్లు చూసేందుకు వెళ్ళామంటే బ్రోకర్ నాలుగు గదులే చూపిస్తాడు. అన్ని గదులూ చూడటం సాధ్యం కాదు.

మొదటి వారం చూసిన వాటిలో నాకు ఒక్క ఇల్లూ దొరకలేదు. అయితే బ్రోకర్లు ఇచ్చిన ఉద్యోగ దరఖాస్తు పత్రాలు మాత్రం చాలానే పోగయ్యాయి. దానిలో ఒకటి సైరా దరఖాస్తు. చేతిరాతలో ఉన్న ఎన్నో అప్లికేషన్‌ల మధ్య ఆమెది మంచి కాగితంపై అందంగా అచ్చువేయబడి ఉంది. వివరాలవీ చక్కగా ఉన్నాయి. ఉద్యోగానికి అవసరమైన అర్హతలన్నీ ఉన్నాయి. ఇంటర్వ్యూకి పిలవబడిన వారిలో ఆమె పేరు కూడా ఉంది. నేను ఊహించినట్టే మనిషి కూడా తేడాగానే ఉంది. వచ్చిన అమ్మాయిలందరూ బుర్ఖా ధరించి తల కప్పుకునే వచ్చారు. ఈమె బుర్ఖా లాంటిదేమీ వేసుకోలేదు. జుట్టు ఎడంవైపు సగం కంటిని కప్పుతూ జలపాతంలా జారుతోంది. నవ్వాలా వద్దా అన్నట్టు ముఖాన ఎల్లవేళలా అంటిపెట్టుకునున్న ఒక సన్నటి చిరునవ్వు. అడిగిన ప్రశ్నలు వేటికీ ఆమె టేబుల్‌కేసి చూస్తూ జవాబివ్వలేదు. ఆమె భుజాన పొడవైన లెదర్ సంచీ వేలాడుతూవుంది. లోపలికొచ్చినప్పుడూ, తిరిగి వెళ్ళేటప్పుడూ ఆమెలో ఆత్మవిశ్వాసం కనబడింది. అయినా ఏం ప్రయోజనం? ఆమెకు ఆ ఉద్యోగం దక్కలేదు.

మా ఆఫీసులో ఏ ఉద్యోగానికి ప్రకటన ఇచ్చినా తక్కువలో తక్కువ రెండు వందలకుపైగానే దరఖాస్తులొచ్చేవి. వాటిని తిరగేస్తుంటే అందులో కచ్చితంగా సైరా దరఖాస్తు కూడా కనిపించేది. ఒక్క ప్రకటనని కూడా వదలదనుకుంటా. ఆమెను పదే పదే ఇంటర్వ్యూలలో చూడటంవల్ల ఆమె నాకు బాగానే పరిచయం అయింది. ఇంటర్వ్యూ పేనల్ అడిగే ప్రశ్నలన్నీ ఆమెకు కంఠోపాఠం. అన్నిటికీ సరిగ్గానే జవాబిచ్చేది. అయినప్పటికీ పేనల్‌ను ఆమె జయించలేకపోయేది.

సైరాకి ఇరవైరెండేళ్ళు. ఆమెకు పదహారేళ్ళప్పుడు పెళ్ళయ్యి, పదిహేడులో విడాకులొచ్చి, మళ్ళీ పెళ్ళి చేసుకుంటే, ఆ పెళ్ళి కూడా విఫలమైంది. పట్టుదలంటే ఏంటో ఆమెలో చూడవచ్చు. నాకు ఫోన్ చేసి ఏవైనా ప్రకటనలు రాబోతున్నాయా? ఆ వివరాలేంటీ? అనడిగేది. అయితే ఒక్కసారి కూడా పేనల్ నిర్ణయం ఏంటనో, తనకెందుకు ఆ ఉద్యోగం రాలేదనో అడిగేది కాదు.

ఒకరోజు నాకొక శుభలేఖ వచ్చింది. ఇంతకుముందు నన్నెవరూ అలా పెళ్ళికి పిలవలేదు. ఒక పాకిస్తాన్ వివాహం ఎలా జరుగుతుందో చూడాలన్న ఆశ ఉండేది నాకు. మరి కొందరు తోటి ఉద్యోగులూ ఆ పెళ్ళికి వెళ్తుండటంతో నేనూ వాళ్ళతో కలిసివెళ్ళాను. అదే నేను మొట్టమొదట చూసిన మహమ్మదీయుల పెళ్ళి అనొచ్చు. సైరా చెల్లెలు పెళ్ళికూతురు. వాళ్ళ ఆచారం ప్రకారం వరుడూ వధువూ ఒకరినొకరు చూసుకోనేలేదు. విడివిడిగా ఖురాన్‌లో సంతకాలు చెయ్యడం మాత్రమే పెద్ద సంప్రదాయ వేడుకగా భావిస్తారు.

లాహోర్ నుండి రప్పించిన అమ్మాయిల ముజ్రా నాట్యం రహస్యంగా జరిగింది. వాకిట ఇద్దరు తుపాకీలు పట్టుకుని రక్షణ ఇస్తున్నారు. పెషావర్‌లో ఇలాంటి డాన్సులకి అనుమతి లేదు. నలుగురు అమ్మాయిలూ ఎన్నో సినిమాల్లో మనం చూసినట్టే సినిమా పాటలకి డాన్సులు చేశారు. మగవాళ్ళు డబ్బు నోట్లను వాళ్ళమీద చల్లడం మొట్టమొదటసారి చూశాను. కొంచం తెగించిన మగరాయళ్ళు లేచి దగ్గరకెళ్ళి వాళ్ళ రవికల్లో నోట్లు దూర్చారు. ముజ్రా నాట్యం రాజస్థాన్‌లో పారంపర్యంగా కొనసాగుతున్న కళారూపం అని చెప్పారు. అయితే నేను చూసింది మాత్రం హిందీ సినిమాలు చూసి నేర్చుకుని ఆడిన అమ్మాయిల్నే!

సైరా నన్ను పిలిచి తన తల్లికీ తమ్ముడికీ పెళ్ళికూతురుకీ అందరికీ పరిచయం చేసింది. వాళ్ళందరికీ నా గురించి ముందే తెలుసని అర్థమయింది. నా గురించి సైరా చాలా చెప్పినట్టు చెప్పారు. ఉద్యోగ ప్రకటనలు ఏవైనా వస్తే వాటి గురించి ఆమె ఫోన్ చేసినప్పుడు తెలియజేయడం, ఆమె వచ్చినప్పుడు అప్లికేషన్ ఫారం ఇవ్వడమే నేను చేసిందల్లా! నా మీద అంత గౌరవభావం వచ్చేంతగా నేనేమీ చెయ్యలేదు తనకి. అయినప్పటికీ వాళ్ళ అభిమానాన్ని అంగీకరించాను.

ఒకరోజు సాయంత్రం ఐదుగంటల సమయంలో అప్లికేషన్ ఫారం తీసుకోడానికి వచ్చిన సైరా నన్ను చూడాలని అడిగిందట. నాకు బాగా గుర్తుంది. అంతకు కొన్ని గంటల క్రితమే ఒక భూకంపం వచ్చి మేమందరం భయపడిపోయున్నాము. మా ఆఫీసున్న నాలుగవ అంతస్తు ఒక్క క్షణం ఒక పక్కకి ఒరిగి, మళ్ళీ మరోవైపుకి ఒరిగి నేరుగా

నిలబడింది. ఆఫీసులో సగంమంది భయపడి ఇళ్ళకెళ్ళిపోయారు.

ఈ అమ్మాయి వేరే గ్రహం నుండి వచ్చిన మనిషిలా ఏ కంగారూ లేకుండా కనిపించింది. నా ముందున్న కుర్చీలో కూర్చుని అప్లికేషన్ ఫారం నింపడం గురించి కొన్ని ప్రశ్నలు అడిగింది. నేను చెప్పాను. కొంతసేపటికి ఏ ప్రశ్నా అడగడంలేదేమా అని తల పైకెత్తి చూస్తే ఆమె కళ్ళనిండా నీళ్ళు! పెదవులు పైకీ కిందకీ వణికాయిగానీ చిన్న ఏడుపు శబ్దమైనా బయటికి రాలేదు. ఆమె ఎంత నిబ్బరంగా దాచుకోవాలనుకున్నా కళ్ళలో నీళ్ళు మాత్రం ఆగట్లేదు. నేను కంగారుపడి, "ఏంటి, ఏమైంది?" అనడిగాను.ఆమె నోరు మెదపడానికి ప్రయత్నించింది. ఆమెవల్ల కాలేదు. మాటలు మింగేస్తోంది.

"నాకెందుకు ఉద్యోగం రావడంలేదో నాకు తెలుసు." అంది.

"ఎందుకు?"

"నా కట్టూబొట్టూ ఎవరికీ నచ్చదు. తలమీద ముసుగు వేసుకుని రావాలని కోరుకుంటారు. రెండుసార్లు పెళ్ళి చేసుకుని విడిపోయినదాన్ని అన్నది మరోకారణం. అయినప్పటికీ నేనెందుకు ఉద్యోగం చెయ్యాలనుకుంటున్నానంటే నా కొడుకుని క్రిష్టియన్ కాన్వెంట్‌లో చదివించడానికే..."

"మీకొక కొడుకున్నాడా?"

"ఐదేళ్ళు. తొలి భర్తకి పుట్టినవాడు. నా అప్లికేషన్‌లు చదివేవారు మీరొక్కరే. పేనల్లో ఉన్న అందరికీ నా అప్లికేషన్‌లో లేని మరెన్నో వివరాలు తెలుసు."

మా ఆఫీసు నుండి వెలువడే ప్రతి ఉద్యోగ ప్రకటనకీ నిరాశ చెందకుండా దరఖాస్తు పంపిస్తుంది. ఆమెకున్న ఒకే ఒక జీవిత లక్ష్యం మా ఆఫీసులో ఏదో ఒక ఉద్యోగంలో చేరడమే అన్నట్టు ప్రవర్తిస్తోంది. ఒకసారి డ్రైవర్ ఉద్యోగానికి ప్రకటన ఇచ్చినప్పుడు కూడా దానికి దరఖాస్తు పెట్టింది. ఇంతకంటే తక్కువ అర్హతలున్న ఉద్యోగం మా ఆఫీసులో లేదు. చిట్టచివరి స్థాయిదైన ఈ ఉద్యోగం చెయ్యడానికి ఐక్యూ 150 ఉండాల్సిన అవసరంలేదు. అయినప్పటికీ ఆమె దరఖాస్తు పెట్టింది. ఆ ఉద్యోగం కూడా ఆమెకి రాలేదు. నాలుగేళ్ళు పూర్తయ్యి నేను పెషావర్ వదిలేసి వెళ్ళిపోయేప్పటికి కూడా ఆమె దరఖాస్తులు పెడుతూనే ఉంది.

పెషావర్‌లో మా పక్కింట్లో నివసించినతని పేరు అహ్మద్. పెద్ద బ్యాంక్‌లో మేనేజర్‌గా పనిచేసేవాడు. మంచి వ్యక్తి. చలికాలం, వర్షాకాలం, ఎండాకాలం అన్న తేడాల్లేకుండా తెల్లవారుఝామున బాతులు కాల్చడానికి వెళ్ళొచ్చాకే ఆఫీసుకెళ్ళేవాడు.

నేను వీడ్కోలు తీసుకోడానికి వెళ్ళినప్పుడు ఎముకలు విరిగిపోయేంత గట్టిగా కౌగిలించుకుని వీడ్కోలిచ్చాడు. నేను కొన్ని వస్తువులు వదిలి వెళ్ళాల్సివచ్చింది. వాటిని నాకు చేరవేస్తానని అతను హామీ ఇచ్చాడు. అమెరికాకి వచ్చాక అహ్మద్‌కు ఫోన్ చేశాను. అతను నన్ను మాట్లాడనివ్వలేదు. ఫోన్ తీయగానే, "మీకు ఒక పూలగుత్తి వచ్చింది!" అన్నాడు.

"పూలగుత్తా! నాకెవరు పంపిస్తారు?" అన్నాను.

"నిన్న ఒక అమ్మాయి వచ్చి ఒక పూలగుత్తి ఇచ్చి వెళ్ళింది. ఆమె పేరు సైరా. చాలా అందమైన అమ్మాయి!" అన్నాడు.

"పూలగుత్తిలో ఏం పువ్వులున్నాయి?" అడిగాను.
"కార్నేషన్ పువ్వులు మాత్రమే!"
"ఏం రంగువి?"
అతను "లేత ఎరుపు" అన్నాడు.

పువ్వుల నిఘంటువు ప్రకారం లేత ఎరుపు కార్నేషన్ పువ్వులకు 'నిన్ను ఎప్పటికీ మరిచిపోను' అని అర్థం. మగవాళ్ళు ఆడవాళ్ళకి పువ్వులు పంపించడం ఆనవాయితీ. నేను చదివిన నవలల్లోగానీ చూసిన సినిమాల్లోగానీ ఒక అమ్మాయి మగవాడికి పూలగుత్తి పంపించిన సందర్భం లేదు. చివరివరకు ఒక విచిత్రమైన మనిషిగానే సైరా అనిపించింది. దేశం వదిలి వెళ్ళిపోతున్న చివరి రోజున ఒక అమ్మాయి ఒక మగవాడికి కానుక ఇచ్చిందంటే, అది కచ్చితంగా దేన్నో ఆశించి అయుండదు.

మిత్రుడు 'అందమైన అమ్మాయి' అన్నాడు. అది తప్పు. ఆమె గొప్ప సౌందర్యవతి! ఇందులో బాధాకరమైనదేమిటంటే ఆమెకు అది తెలియదు. నేను పాకిస్తాన్‌లో చూసిన ఆడవారిలోనే ఆమెకంటే అందమైన అమ్మాయిని చూడలేదు. దేశం విడిచి వచ్చేప్పుడైనా ఆమెకు ఉద్యోగం ఎందుకు దొరకదోనన్న నిజమైన కారణాన్ని చెప్పి వుండవచ్చని నాకనిపించింది.

మిత్రుడు అహ్మద్ 'ఉక్కిరిబిక్కిరి చేసే అందం!' అని పదే పదే అనేవాడు. అది ఇదే. ఏ కోణంనుండి చూసినా ఆమె అందంగానే కనబడుతుంది. బైబిల్‌లో వచ్చే సాలమన్ కథలో రాచభవనంలో చలువరాయితో నిర్మించిన నేల గురించి ఒక ప్రస్తావన వుంటుంది. రాణి షీబా రాజుని చూడటానికి వచ్చినప్పుడు ఆ నేలను చూసి నీళ్ళేమోననుకొని తనదుస్తులని కొంచం పైకెత్తి పట్టుకుని నడిచిందట. ఆమె ముఖంకంటే ముందుగా ఆమె పాదాలను చూసి రాజు మోహించినట్టుగా కథ ఉంది.

సైరా నన్ను మొట్టమొదటిసారి చూడటానికొచ్చినప్పుడు కాలిమీద కాలేసుకుని కూర్చుంది. సగం పాదం కనిపించే చెప్పులు వేసుకుంది. పాదం అంతలా మెరవడం అప్పుడే చూశాను. ఆమెకు ఉద్యోగం దొరక్కపోవడానికి కారణం ఆమెకున్న అపారమైన అందమే. ఆమెకున్న అంత అందాన్ని అమ్మాయిలే భరించలేరు. ఆమెతో పని చేసేవాళ్ళు ఓర్వలేరు. అంత అందాన్ని ఆఫీసే ఓర్వదు.

చాలాకాలం తర్వాత అరబిక్ తెలిసిన ఒక మిత్రుడు సైరా అంటే 'నవ్వు చెదరనిది' అని ఒక అర్థం ఉన్నట్టు చెప్పాడు. ఆమె పువ్వులు తీసుకుని నన్ను చూడాలని వచ్చినప్పుడు కూడా కచ్చితంగా ఆమె పెదవులమీద ఆ చిరునవ్వు అలానే ఉండి ఉంటుంది. ఏడున్నరకి వచ్చిందని అహ్మద్ చెప్పినట్టు గుర్తు. నేను అప్పుడు అట్లాంటిక్ సముద్రం మీద న్యూయార్క్‌కు వెళ్తున్న విమానంలో 35,000 అడుగుల ఎత్తులో ఎగురుతున్నాను.

[మూలం: 'పూంగొత్తు కొడుత్త పెణ్', www.amuttu.net]

ప్రారంభం

నా ఆఫీసు ఇరవైతొమ్మిదో అంతస్తులో ఉంది. చుట్టూ గాజు కిటికీలు. దానిచుట్టూ ఉన్న మిగిలిన కట్టడాల ఎత్తు కూడా తక్కువే. అలా ఎత్తులో ఉండటంలో కొన్ని సౌకర్యాలున్నాయి. పై అంతస్తులో ఉండటం ప్రపంచాన్నే ఏలుతున్నటువంటి భ్రమని కలగజేస్తుంది.

భూమి నిద్రపోదు అంటారు. అయితే ఆకాశం మేలుకునుండదు. రాత్రివేళల్లో మేలుకుని పని చెయ్యాల్సివచ్చినప్పుడు చాలా మనోహరంగా ఉంటుంది. దీపాలన్నీ ఆర్పేసి చీకటి మధ్యలో నిశబ్దంగా కూర్చుని చూసేప్పుడు నక్షత్రాల్లో తేలుతున్నట్టు అనిపిస్తుంది. వర్షాకాలంలో మెరుపులూ, ఉరుముల శబ్దమూ ఆశ్చర్యంగా కిందనుండి పైకొస్తున్నట్టుగా ఉంటుంది.

ఎగిరే పక్షుల గుంపులను చూడటం మరొక ఆహ్లాదమైన అనుభవం. వాటితో సమానమైన ఎత్తులో ఉండి వాటిని చూడచ్చు. కొన్ని పక్షులు తెరిచున్న కిటికీల్లోంచి స్వతంత్రంగా లోపలికొచ్చేస్తాయి. రెక్కలు కదపకుండా రివ్వుమని వచ్చి ఒక రౌండ్ కొట్టి రెక్కలు రెపరెపలాడిస్తూ వెళ్ళిపోతాయి. అవి అలా వచ్చి వెళ్ళేది, ఆచోటు తమ స్వంతమని చెప్పుకోడానికేనని నేను అనుకుంటాను. అలా అనుకోవడం నాకు ఆనందంగా ఉంటుంది.

ఇది కాకుండా మరి కొన్ని దృశ్యాలూ చూడొచ్చు. ఎదురుగా వున్న కట్టడంలో ఇరవైయ్యారో అంతస్తులో ఇద్దరు పనిచేస్తున్నారు. ఒక మగ, ఒక ఆడ. వాళ్ళు ఒకరిమీద ఒకరికి ఆసక్తి ఉన్నవాళ్ళలా అనిపించారు.

ఆమె అప్పుడప్పుడూ ఏవో పేపర్లు తీసుకొస్తుంది. అతను వాటిని చూస్తాడు.

ఆమెనీ చూస్తాడు. తొలగిన భాగాల మీద చూపు నిలుపుకుంటారు. నిషేధించబడ్డ చోట్లను తడుముకుంటారు. అటూ ఇటూ చూసి అవస్థగా పెదవులు రాసుకుంటారు.

తర్వాత ఆమె ఫైళ్ళ మోపులను ఎత్తుకుని ఏమీ ఎరుగనట్టు బైటకెళ్ళిపోతుంది. అతను నిట్టూర్చుకుంటూ ఆమె మళ్ళీ రావటం కోసం ఎదురుచూస్తుంటాడు. పని విసుగనిపించినప్పుడు ఈ లేత ప్రేమికుల్ని చూసి కొంచం పరవశించవచ్చు.

అయితే ఇప్పుడు దానికి వ్యవధి లేదు. ఈ రోజు జరగనున్న ముఖ్యమైన సమావేశంలో చాలా కీలకమైన నిర్ణయాలను ప్రకటించే నివేదికను సమర్పించాలి. పదకొండు పేజీలుగల ఈ నివేదిక తగిన ఆధారాలనూ, బలమైన కొన్ని నిర్ణయాలనూ పొందుపరచుకున్నది. దీన్ని పరిచయం చేసే ప్రారంభోపన్యాసం ఎలా ఉండాలి అన్న ఆలోచనలో ఉన్నాను.

గత ఆరునెలలుగా ఈ సలహాదారు ఉద్యోగం నాకు చుక్కలు చూపిస్తోంది. నేనూ, నా కార్యదర్శి గాసమర్ ఇద్దరం పొద్దెరగకుండా పనిచేశాము. నిన్ననే ముగించాము. వ్యాసాన్ని సవరించి, చక్కబెట్టేసరికి రాత్రి పదైంది.

ప్రసంగానికి అవసరమైన గ్రాఫులు, స్లైడ్‌లు, ఇతర ఉపకరణాలు సిద్ధంగాపెట్టాము. నకళ్ళు, అపెండిక్స్‌లు వరుసగా కూర్చి సమావేశానికి వస్తున్న డెలిగేట్స్ టేబిల్స్ మీద నా కార్యదర్శి గాసమర్ పెట్టేసింది. అందరు వక్తలకీ ఉండేలాంటి బెరుకే నాకు ఉండింది. ఆ ఆలోచనలలో నిమగ్నమై ఉన్నాను.

అప్పటికి మూడోసారి టెలిఫోన్ మోగింది. ఈసారి కూడా ఐదేళ్ళ నా కూతురే! తన అన్నయ్య మీద ఏవో చాడీలు. జాబితా సాగుతూనే ఉంది... ఒక ఏడేళ్ళ పిల్లాడు అర్ధగంటలో ఇన్ని ఇబ్బందులు పెట్టగలడా అని నాకు ఆలోచన వచ్చింది.

నా భార్య ఉద్యోగానికి వెళ్ళింది. పిల్లలకి బడి సెలవు. ఈ రోజంతా వాళ్ళ పేచీలను తీర్చడమే నా పని అయ్యేలా ఉంది. పనమ్మాయిని పిలిచి పిల్లల్ని కొంచం కటువుగా వారించమని చెప్పాను.

అప్పుడనగా గాసమర్ లోపలికి తొంగి చూసింది. ఎప్పుడూ అంతే, సమయమెరిగి వచ్చేస్తుంది. చిరునవ్వుల దేవత! ఆమె ముఖం తిప్పుకుని ఉండటమో, చిన్నబుచ్చుకుని ఉండటమో, చిరాకుపడటమో నేను చూడలేదు.

ఆఫ్రికాలో సెక్రటరీ పక్షి అని ఒక పక్షి ఉంది. దాని తలమీద రెండు పెన్సిళ్ళు నిలబెట్టినట్టుగా ఉంటుంది. అది నడిచేప్పుడు తల పైకెత్తుకుని ఒకరకమైన గాంభీర్యంతో నడుస్తుంది. గాసమర్ చూడటానికి ఆ పక్షిలానే ఉంటుంది. విచిత్రమైన

వస్త్రధారణ, అంతకంటే విచిత్రమైన కేశాలంకరణతో ఉంటుంది. ముళ్ళపంది ముళ్ళు లాంటివి రెండు ఆమె జుట్టు ముడిలో నిలబెట్టి వున్నాయి. ఒక కోణంలోంచి చూస్తే జపానమ్మాయిలా అనిపిస్తుంది. సన్నగానూ పొడవుగానూ ఉంటుంది. దగ్గరదగ్గరగా అడుగులేసుకుంటూ వడివడిగా నడుస్తుంది.

"గాసమర్, నా తల్లీ! నాకో సాయం చేస్తావా?"

"చెప్పండి, చేస్తాను," అంది.

"నా పిల్లల దగ్గర్నుండి ఫోన్ వస్తే నువ్వు రెండే రెండు ప్రశ్నలు అడగాలి. ఒకటి, ఇల్లు అంటుకుపోతుందా? రెండు, ఎవరైనా కాళ్ళూ చేతులూ విరగ్గొట్టుకున్నారా? రెంటికీ లేదు అని జవాబు వస్తే టెలిఫోన్ కట్ చేసేయ్. నాకు ఇంకా ఇంకా ఆటంకం కలిగించకు."

ఆమె ముసిముసిగా నవ్వుకుంటూ సరే అని చెప్పింది. రివాల్వింగ్ చేర్‌లా ఒంటికాలి మీద రయ్యిమని తిరిగి వెళ్ళిపోయింది. పాయింటర్ హీల్స్ చెప్పులమీద అంత సునాయాసంగా ఎలా తిరుగుతుందో! ఒక్కసారైనా పడిపోయింది కాదు.

రెండు గంటల సమయం గడిచింది. ఏ ఒక్క ఫోనూ రాలేదు కాబట్టి ఇల్లు భద్రంగానే ఉంది. కాళ్ళూ చేతులూ క్షేమమే అని నమ్మొచ్చు.

ప్రపంచంలో ఉన్న అన్ని సంస్థలూ ఏదో ఒక వస్తువుని లేదా సేవని కొని తర్వాత అమ్ముతాయి లేదా తయారుచేసి అమ్ముతాయి. అయితే ఈ కంపెనీ దానికి భిన్నంగా ఒకమెట్టు పైకివెళ్ళి ఆ సంస్థలనే కొని, అమ్మే వ్యాపారం చేస్తుంది. దీనికి కావలసిన మూలధనంలో ప్రధానమైనది దుర్మార్గం. దీని పునాదే అధర్మ మార్గంలో మనగలగడం. ఇవే కాకుండా జిత్తులమారితనం, మోసం, కపటం మరికొన్ని గుర్తించదగిన గుణాలు. మిగిలిన మూలధనాలు ఖాతాదారుల దగ్గర్నుండే లభిస్తాయి. మనిషికుండే సహజమైన మౌఢ్యమే దీనికి నిదర్శనం. మనుషుల్లో మౌఢ్యం పుష్కలంగా ఉంది కాబట్టి వ్యాపారం కూడా అంతు లేకుండా విస్తరిస్తుంది. అధర్మ మార్గాల్లో డబ్బు సంపాయించే వాళ్ళకు ఇది స్వర్గం. వాళ్ళ డబ్బులన్నీ హవాలా మారకం ద్వారా వస్తాయి. వాడకంలోకి వెళ్తాయి. ఇలా సంపాదించిన దానితో ఈ సంస్థ పతాక స్థాయికి చేరుకుంది.

అయితే ఈ మధ్యకాలంలో ఒక స్టార్టప్ సంస్థని కొన్నప్పుడు ఒక చిన్న పొరబాటు జరిగింది. అది ఈ సంస్థని అధఃపాతాళానికి తీసుకెళ్ళిపోయింది. బ్లాక్‌హోల్ అంటారే, అలాంటిది. పెట్టిన పెట్టుబడి ఎటు వెళ్ళిందీ దిక్కే తెలీడం లేదు. ఇంకా పచ్చిపాల

వాసనైనా మరవని ఈ స్టార్టప్ సంస్థ ఉన్నదాన్ని కూడా ఊడ్చుకుపోయేలా చేస్తోంది!

ఏనుగుకైనా కాలు జారుతుందంటారు కదా? దీన్నెలా సమర్థించబోతున్నానో మరి... నమ్మరు. తగిన ఉదాహరణతోనో సామెతతోనో మొదలుపెడితే బాగుంటుంది. 'ఎలుకను పట్టేవాడు ఎలుకలాగే ఆలోచించాలి' అని ఆఫ్రికాలో ఒక సామెత వాడుకలో ఉంది.

ఈ రోజు సమావేశానికి వచ్చేవారందరూ అనుభవజ్ఞులు, నిపుణులు. అటువంటివారు ఇరవైమందికి పైగా హాజరయ్యే ఈ సభలో కొందరితో మాత్రం నేను చాలా జాగ్రత్తగా ఉండాలి. మిగిలినవాళ్ళు తలకాయలాడిస్తూ వినేవాళ్ళే.

ఈరోజు ఉదయం వచ్చిన వాయిస్ మెయిల్ సందేశంలో ప్రాధాన్యంగల విషయం ఏమిటంటే అలిసాలా బిన్ ఒస్మాన్ సభకు వస్తున్నాడు అన్నదే. ఇతని ప్రశ్నల్లో చాలా లోతులూ గోతులూ ఉంటాయి. వాటిలో పడిపోకుండా నిభాయించుకోగలగాలి. ఇతను అరేబియా దేశస్థుడు. చార్టెడ్ ఫ్లైట్‌కి అధిపతి. శాటిలైట్‌లా ప్రపంచమంతా తిరుగుతుంటాడు. కళ్ళు అంబులన్స్ లైట్లలాగా మెరుస్తుంటాయి. ఇతని ముఖమూ చేతులూ సదా చెమటలు పట్టి ఉంటాయి. ముక్కుమీద కోపం మనిషికి. ఇతను ఓసారి ఊపిరి పీల్చుకునే సమయంలో పదివేల డాలర్లు సంపాయిస్తాడు. ఊపిరి బయటకి వదిలేప్పటికి మరో పదివేల డాలర్లు సంపాయించేస్తాడు అంటారు. ఇతను ఎవరికోసమూ ఎదురుచూసినట్టుగా చరిత్రలో లేదు.

రాత్రయ్యేసరికి ఎక్కడెక్కడి పక్షులన్నీ చెట్టుమీద గూళ్ళకి చేరుకునేట్టుగా వార్ధక్యం రాగానే పలురకాల జబ్బులు మనిషి ఒంటిలోకి వచ్చిచేరతాయి. మిచెల్ పూనే వృద్ధుడు. పేరు తెలిసిన, తెలియని పలురకాల వ్యాధులు అతనికున్నాయి. దుంపలన్నీ ఖాళీ చేసిన బంగాళాదుంపల గోనెసంచిలా ముడుచుకుపోయిన దేహమతనిది. ఒళ్ళంతా చక్కరే కావును, తను తాగే కాఫీలో చక్కెర వేసుకోడు. అయితే అతని మెదడు అతి చురుకుగా పనిచేస్తుంటుంది. జిరాఫీ ఆహారాన్ని అందుకునేంత నెమ్మదిగా, ఓర్పుగా మాట్లాడుతాడు. ఇతను ఒక వాక్యం ముగించేలోపు మెల్లగా లేచి వెళ్ళి లఘుశంక తీర్చుకుని వచ్చి కూర్చోవచ్చు.

గ్లోరియా బాన్స్ అనబడే వనిత. భారీ స్థూలకాయురాలు. ఎందువల్లనో మరి ఆమెను చూసినప్పుడల్లా నాకు కావ్యాలంకార చూడామణి గుర్తొస్తుంది. ఎంత ప్రయాసతో తయారుచేసిన వార్షిక నివేదికనైనా ఒకే ఒక ప్రశ్నతో తీసిపడేసేలా చెయ్యగలదు.

ఓలాండో, రెండువేల డాలర్లకు తక్కువ ఖరీదున్న బట్టలు వేసుకోనని శపథం పూనినవాడు. ఆడంబర ప్రియుడు. ముందరి వెంట్రుకలు రాలిపోయి నడినెత్తిమీదున్న వెంట్రుకలు నిక్కబొడుచుకున్నట్టు ఉంటాయి. ఇంగ్లీషుని ఒక్కో అక్షరంగా పలుకుతాడు. ఆలోచనాపరుడు. ఒక గంటలో చెప్పాల్సిన విషయాన్ని ఒకే నిముషంలో చెప్పేయగలడు. ఒక వాక్యాన్ని ఒకే మాటలో చెప్పేస్తాడు. అతని మాటలు అర్థంకావు. ఎవరైనా వచ్చి దానికి టీకా తాత్పర్యం, వ్యాఖ్యానం, అన్వయాలు చేసివి వరించితేగానీ అర్థంకాదు.

'నీ వైపు చతురత కలిగిన వకీలు ఉంటే, సత్యం ఎప్పుడూ నెగ్గుతుంది' అన్నది తెలిసిందే. కాబట్టి, మంచి వాక్చాతుర్యంతో ఈ నివేదికను వాళ్ళకి ప్రెజెంట్ చేయ్యాలి. అప్పుడే విజయం చేకూరుతుంది.

గాలి ఎక్కువగానే వీస్తున్నప్పటికీ ఉక్కగానే ఉంది. పొడవాటి గాజు కిటికీని మూసేసి నీళ్ళు తాగుదామని వెళ్ళాను. కాసేపు నడిస్తే కాస్త ఊరటగా ఉంటుంది. మెదడుకు కాస్త విశ్రాంతి కావాలి.

వాటర్ ఫౌంటెన్ దగ్గరకెళ్ళాను. ఈ ఫౌంటెన్‌ను ఎడమ చేతివాటం ఉండేవాళ్ళకోసం చేసినట్టున్నారు. నొక్కాల్సిన బటను ఎడమవైపున ఉంది. కుడి చేతివాటమున్న నాకు అది సౌకర్యంగా లేదు. ఎడంచేతి బొటనవేలుతో దమ్ము పట్టి నొక్కినప్పుడు నీరుపైకి ఎగజిమ్మింది. దానికి అనుగుణంగా నోరు తెరచి తాగాలి. మూడంగుళాలు నోరుతెరచి ముప్పై డిగ్రీల కోణంలో అందుకోవాలి. దీనికి చాలా అభ్యాసమూ, ఓపికతో కూడిన నేర్పూ ఉండాలి. క్లిష్టమైన అభ్యాసమే! నోరు, ముఖం, జుట్టు, గొంతు– ఇలాఅన్ని అవయవాలనూ తడుపుకున్నాకే దాహం తీర్చుకోగలం.

ఎంత ప్రయాసతో ప్రయత్నించినా ఈ కళ నాకు పట్టుబడనేలేదు. దీనిలో నిపుణత్వం పొందేలోపు కందపద్యమూ, సీసపద్యమూ అల్లడాన్ని నేర్చుకోవచ్చేమో అనిపిస్తుంది.

గదికి తిరిగొచ్చాను. అయితే అక్కడ మరోరకమైన సంఘటన ఎదురు చూస్తోంది... తలుపులు బిగించుకుని మళ్ళీ నా నివేదికను ముందరేసుకుని పదాలతో కుస్తీపడుతూ కిటికీకేసి చూస్తున్నాను. అప్పుడు 'ఠప్'మని ఒక శబ్దం. నా కళ్ళముందే ఒక పక్షి యాభై మైళ్ళ వేగంతో దూసుకువచ్చి గాజు కిటికీకి కొట్టుకుని పడిపోయింది. పూవు రేకులు రాలినట్టు దాని ఈకలు రాలి గాలిలో ఎగిరాయి. అది మోదుకున్న చోట గాజుపైన గుండ్రంగా, తెల్లగా మరక.

కిటికీ తెరచి బాల్కనీలోకి వెళ్ళాను. పక్షులు ఎగురుతుండటం చూశాను గానీ ఇలా పడిపోయుండటం చూడలేదెప్పుడూ. ఈ పక్షి పడిపోయివుంది. దాన్ని చేత్తో

ఎత్తుకున్నాను. నాడి మెల్లగా కొట్టుకుంటోంది. వెచ్చగా ఉంది. మృదువుగా ఉంది. కాడలేని పూవుని తీసుకున్నట్టుగా తేలిగ్గా ఉంది.

ఆ శబ్దం విని గాసమర్ వచ్చేసింది. ఆమె కళ్ళలో భయమూ బాధా కనిపించాయి. మెల్లగా దగ్గరకొచ్చి తాకి చూసింది.

"చనిపోయిందా?"

మెల్లగా తలూపాను. నాడి కొట్టుకోవడం ఆగిపోయి వెచ్చదనం ఆరిపోతూ ఉంది. అదేంపాపం చేసింది? ఎవరికీ ఎటువంటి హానీ తలపెట్టలేదే. మూసి ఉన్న గాజు కిటికీని వెల్లడి ప్రదేశం అనుకుని వచ్చి మోదుకుంది.

"ఇదేం పక్షో తెలుసా?"

"ఈ దేశపు పక్షి కాదు. వలస పక్షి. మెడ చూడు, ప్రకాశవంతమైన రంగు. మగపక్షే. ఆడ పక్షైతే రంగు కాస్త కాంతి తక్కువగా ఉంటుంది. ఇంతకుముందొకసారి ఈ పక్షిని చూశాను. తెరిచున్న కిటికీలోంచి ఇది నా గదిలోకొచ్చింది. రెక్కలువిప్పి ఒక రౌండ్ కొట్టింది. నాతో స్నేహం ఈ పక్షికి. నేను దీనికిలా ద్రోహం చేసేశాను."

"ద్రోహమా! ఏం ద్రోహం?"

"ఇందాకే ఈ కిటికీని మూసేశాను. పక్షి తెలీకుండానే మనదగ్గరకొచ్చేసిందని మనం అనుకుంటాం. నిజానికి మనం కదా దానికి బాటలో బిల్డింగులు లేపి అడ్డువేస్తున్నాం?"

"సరే, ఇప్పుడింకేం చేస్తాం? మీకు ఆలస్యం అవుతోంది. మీరు సభకి బయల్దేరండి. నేను క్లీనింగ్ స్టాఫ్‌ని పిలిచి అప్పగించేస్తాను."

నాకది సబబుగా అనిపించలేదు. కొత్త దేశానికొచ్చిన ఒక శరణార్థి పక్షి. ఏ పాపమూ ఎరగదు, ఒంటరిగా చనిపోయింది. దాన్ని చేతిగుడ్డలో చుట్టుకుని ఇరవైతొమ్మిది అంతస్తులు కిందకి వెళ్ళిపోతుండగా చూశాను. నీలిరంగులోనున్న దాని కుడికాలికి ఒక రింగ్ ఉంది. అల్యూమినియంతో చేయబడిన ఆ రింగ్ మెరిసింది. దీన్ని నేనెందుకు ముందే చూడటాన్ని మిస్ అయ్యాను? నా మనసు బింగో ఆటలో చివరి ఘట్టంకోసం వేచివున్నట్టు వేగంగా కొట్టుకుంది. ఆ రింగుని మెల్లగా తీశాను.

గాసమర్ నా ప్రసంగానికి కావలసిన మెటీరియల్ అంతటినీ కాన్ఫరెన్స్ రూమ్‌లో సిద్ధంగా పెట్టేసింది. నా రాకకోసం అందరూ వేచివున్నట్టు తెలియజేసింది. చెప్పులో గులకరాయి చిక్కుకున్నట్టు నిలవలేక అవస్థపడుతూ ఉంది. 'తొందరగావెళ్ళాలి'

అని నన్ను తొందరపెట్టింది.

అయితే అక్కడికి వెళ్ళేముందు నాకొక చిన్న పని ఉంది.

రింగుని తీసి జాగ్రత్తగా చూశాను. 'మాస్కో పక్షుల కేంద్రం, రోల్ నెంబర్ Z453891' అని ఉంది. ఇంటర్నెట్ ఓపెన్ చేశాను. ఆ రింగులో ఉన్న మాస్కో పక్షుల కేంద్రం కోసం వెతికాను. దొరకలేదు.

పక్షుల డేటాబేస్‌కు తల్లివంటి వెబ్‌సైట్ కోర్నెల్ విశ్వవిద్యాలయంలో ఉండింది. దానిలో నా అన్వేషణ మొదలుపెట్టాను. ఎన్నెన్నో వివరాలు దొరికాయి. కొన్ని మార్గాలు, ద్వారాలు తెరచుకున్నాయి. కొన్ని మూసుకున్నాయి. వివరాలు అడుగుతూ మాస్కో పక్షుల కేంద్రంవారి తలుపు తట్టాను. రెజిస్టర్ నెంబర్ అన్న ప్రశ్నకి జంకకుండా Z453891 అని ఇచ్చాను.

అప్పుడు ఆ పక్షి జాతకం అంతా పరుచుకుంది. సేకర్ ఫాల్కన్. ఐదేళ్ళ క్రితం ఆ రింగ్ వేయబడింది. కొన్నేళ్ళ క్రితం, అరేబియాలో కనిపించింది. పలుమార్లు మాస్కోకీ, ఆఫ్రికాకీ మధ్య ప్రయాణాలు చేసి ఉంది. చలికాలం ప్రారంభంలో వచ్చి ఆ ఋతువు ముగిసేప్పటికి తిరిగి వెళ్ళిపోతుంది. ఈ రోజున నా చేతుల్లో మరణించి పడిఉంది.

మరిన్ని వివరాలు చదివాను. ఆ రింగ్‌ని టేబిల్ మీద పెట్టాను. ఈ పక్షి ఈరోజు, ఈ తారీకున, ఈ చోట మరణించినట్టు వివరాలు రాశాను. నేను రాసిన వివరాలనూ రింగునూ జతచేసి మాస్కో కేంద్రానికి పంపించమని గాసమర్‌కి చెప్పాను.

నా ప్రసంగ వ్యాసాన్ని తీసుకున్నాను. కావలసిన మరికొన్ని వస్తువులను సిద్ధం చేసుకున్నాను. ఆ పెద్ద బిల్డింగ్‌లోనే మరో వింగ్‌లోనున్న కాన్ఫరెన్స్ రూమ్‌కి పరుగు తీశాను. ప్రసంగాన్ని ఎలా మొదలుపెట్టాలన్నది నేను ఇంకా తీర్మానించుకోలేదు. అందుకు కావలసినంత వ్యవధీ లేదు. ఇంక ఆలస్యం చెయ్యడానికి వీలులేదు.

నేను మోచేతులతో తలుపుని తోసుకుంటూ తెరచి, లోపలకి దూరాను. అనుకున్నట్టే అక్కడ ఇరవై మందికి పైగా సభ్యులు ఆసీనులై ఉన్నారు. నన్ను చూడగానే వాళ్ళు తమ అసంతృప్తిని తమ స్థాయికి తగ్గట్టు వ్యక్తపరిచారు. కొన్ని కుర్చీలు జరిగాయి. కొందరు కదిలారు. సగం తాగిన కాఫీ కప్పులు టేబిల్ మీద చప్పుడు చేశాయి. పొగ తాగరాదన్న నిబంధనను ఉల్లంఘించి ఎవరో పొగ తాగినట్టున్నారు. ఆ వాసన గదిలో చుట్టుకుని ఉంది.

నా ఆలస్యానికి క్షమాపణ కోరుతానని కొందరు ఎదురుచూశారు. 'లేడీస్ & జెంటిల్మెన్' అని సంప్రదాయ పద్ధతిలో ప్రసంగం ప్రారంభిస్తానని మరికొందరు

అనుకున్నారు. మరికొందరేమో 'గ్రీటింగ్' చెప్తానని ఎదురుచూశారు. నేను అవేవీ చెయ్యలేదు. వేదిక మీద అంజలి ఘటిస్తున్నట్టు కొన్ని క్షణాలు కదలకుండా నిల్చున్నాను. విప్పిన రెక్కలతో వేగంగా వచ్చి గ్లాస్‌ని ఢీకొట్టి చచ్చిపోయిన ఆ పక్షే నా కళ్ళ ముందు కదలాడింది.

నా ప్రసంగాన్ని మొదలుపెట్టాను.

"ఒక పక్షి ఈ రోజు దారి తప్పింది. కొన్ని నిముషాల క్రితం, ఖాళీ ప్రదేశం అనుకుని అది నా కిటికీ గ్లాస్‌మీద యాభై మైళ్ల వేగంలో ఎగురుకుంటూ వచ్చి గుద్దుకున్నది. తక్షణమే ప్రాణం పోయింది.

దాన్నిప్పుడే పాతిపెట్టేసి వస్తున్నాను.

వంగిన ముక్కు, తెల్లటి తల కలిగివున్న పక్షి. దాని బూడిదరంగు రెక్కలు చూసేవారిని ఆకట్టుకుంటాయి. ఈ చేతుల్లో అనాథలా పడివుండింది. దాని ఒంటి వెచ్చదనం చల్లారేలోపే పాతిపెట్టేశాను.

ఈ సంస్థ తోటలో, ఒక అడుగులోతు గొయ్యిలో, అది నిద్రపోతూ ఉంది. గులాబీ మొక్కకీ, అంథూరియం మొక్కకీ మధ్యన మరణవచనం రాయబడని ఒక సమాధిలో నిద్రిస్తోంది.

ఈ పక్షిని సేకర్ ఫాల్కన్ అని అంటారు. రష్యాలోని ఈశాన్య మూలనుండి చలికాలం మొదలయ్యేప్పుడు ఇది వలసపోతుంది. దక్షిణ ఆఫ్రికా వరకు ఎగురుకుంటూ వచ్చి వసంత ఋతువు ప్రారంభ సమయానికి తిరిగి వెళ్ళిపోతుంది. ఐదువేల మైళ్ళు దీనికొకలెక్క కాదు. సూర్యుణ్ణీ నక్షత్రాలనూ బట్టి దిక్కులు తెలుసుకుని ఎగురుతుంది. సరిగ్గా ప్రతియేడూ ఆ ఋతువులోనే వచ్చి మరో ఋతువులో సరిగ్గా వెనుతిరుగుతుంది.

అంతటి తెలివితేటలుగల పక్షి ఈ రోజు ఒక చిన్న తప్పు చేసింది. తిరగవలసిన ఒకచిన్న మలుపులో తిరగడాన్ని మరిచిపోయింది. కావున మరణానికి గురయ్యింది. అది తన సొంతమైన రష్యా దేశపు ఈశాన్య ప్రాంతానికి ఇక వెనుతిరిగి పోలేదు."

నా ప్రారంభ ప్రసంగాన్ని ముగించి నివేదిక అందుకున్నాను. సభలోని సభ్యుల ముఖాలను చూశాను. ఆ ముఖాలను కప్పిన చీకటి తొలగుతున్నట్టు అనిపించింది. నేనేమి చెప్పొస్తున్నాను అన్నది వాళ్ళకి అర్థం అవుతున్నట్టు అనిపించింది. నేను ఈ నివేదికను ఇక చదవవలసిన అవసరమే లేదు. అలానే అనుకుంటున్నాను.

[మూలం: తొడక్కం (2000). మహారాజావిన్ రయిల్ వండి (2001) (మహారాజుగారి రయిలుబండి) కథల సంపుటినుండి.]

ఆహవి

ఏదో అడవి జంతువు వెంటపడుతున్నట్టు పరిగెత్తుకుంటూ ఇంట్లోకి వచ్చింది ఆహవి. ఆమెకు పదేళ్ళుంటాయి. ఆమెతోపాటు గాలికూడా రయ్యిమని లోపలికి దూరింది. పుస్తకాల సంచిని విసిరేసింది. దేన్నో వెతుకుతున్నట్టు అటూ ఇటూ చూసింది. పది మైళ్ళదూరం పరుగు తీసినట్టు రొప్పుతోంది.

అమ్మ వంటగదినుండి తొంగిచూసింది. ప్రతి శుక్రవారమూ జరిగే తంతే ఇది. బడినుండి వచ్చేప్పుడే పేచీ పెట్టుకోడానికి ఏదో ఒక కారణంతో వస్తుంది. అఖిల ఒంటరిగా కెనడాకి శరణార్థిగా వచ్చినప్పుడు నాలుగు నెలల చూలాలు. ఐదునెల్ల తర్వాత ఆహవి పుట్టింది. అమ్మే ఆహవికున్న ప్రపంచం. ఒడిలో పడుకుంటే అఖిల ఆమె తల నిమిరింది.

"నిమరకు. గట్టిగా రెండు చేతులతో నొక్కు!" కయ్యిమంది. తల్లి కూతురి తలను రెండు చేతులతో అదిమింది.

"సరే, ఇక నీ కాకమ్మ కబుర్లతో నా బుర్ర నింపు..." అంది. ఇంత ఆవేశంగానూ, కోపంగానూ ఆహవి ఇదివరకు ఎప్పుడూ మాట్లాడలేదు.

అఖిలకి కూతుర్ని ఎలా మంచి చేసుకోవాలో తెలుసు. "ముందు నువ్వు తిను. తర్వాత నేను అబద్ధాలు చెప్పినట్టు ఎవరు చెప్పారో అది చెప్పు."

"బక్కపీనుగ మైక్‌గాడు చెప్పాడు."

"వాడికెలా తెలుసు?"

"వాడికి అన్నీ తెలుసు. వాడికి ఇద్దరు నాన్నలు. ఇద్దరూ విమానాలు నడిపేవాళ్ళే!"

"విమానం నడిపే వాళ్ళైతే వాళ్ళకి అన్నీ తెలుసా ఏంటి? ఇంకేం చెప్పాడో చెప్పు,"

"మా నాన్న వదిలేసి పోయాడట..."

"దానికి నువ్వేమన్నావు?"

"గాడిద పళ్ళోడా! ఉడత ముక్కోడా! అని తిట్టాను."

"ఎందుకలా తిట్టావు?" తల్లి ప్రశ్నించింది.

"అంతకంటే ఎక్కువగా తిట్టడానికి నాకు బూతులు రావు." నొచ్చుకుంది ఆహవి.

"దానికి వాడేమన్నాడు?"

"మీ అమ్మ నిన్ను పడేసి బొడ్డుపేగుని దాచుకునుండొచ్చు అన్నాడు."

"అవునా?నువ్వేమన్నావు?"

"నువ్వే చూడటానికి బొడ్డుపేగులా ఉన్నావు. మీ అమ్మ అదే చేసిందేమో అన్నాను," అంది ఆహవి.

"ఆ పైన?"

"అప్పుడు గంట కొట్టేశారు," అంది ఆహవి.

శుక్రవారం రాత్రులంటే ఆహవికి నచ్చవు. అఖిలకి కూడా చిరాకే. తను ఉద్యోగం చేసే కంపెనీలో వారానికి నాలుగు రోజులు పగలు ఉద్యోగం. శుక్రవారం మాత్రం రాత్రి ఉద్యోగం. రాత్రంతా మేలుకుని ఎక్స్‌పోర్ట్ చెయ్యాల్సిన వస్తువులను పెట్టెల్లో సర్దిపెట్టాలి. శనివారం పొద్దున్నే వాటిని తీసుకెళ్ళడానికి పెద్ద పెద్ద ట్రక్కులు వస్తాయి. శుక్రవారం రాత్రుల్లో ఆహవికి తొందరగా అన్నంపెట్టి పడుకోమని చెప్పి పనికి వెళ్ళిపోతుంది అఖిల. టీవీ చూస్తూనే అలా మంచంమీద వాలిపోయి నిద్రపోతుంది ఆహవి. పొద్దున్నే లేచే సమయానికి అమ్మ పక్కన ఉంటుంది.

ఆహవి చదువుకునే బడిలో ఐదు రకాల పిల్లలు చదువుతారు. ఇద్దరు తల్లులున్న పిల్లలు. ఇద్దరు తండ్రులున్న పిల్లలు. అమ్మ, నాన్న ఇద్దరూ ఉన్న పిల్లలు. ఒంటరి తండ్రితో ఉండే పిల్లలు. ఒంటరి అమ్మతో ఉండే పిల్లలు. ఇద్దరు తల్లులు, తండ్రులు ఉన్న పిల్లలు గొప్పలు పోతుంటారు. ఒంటరి తల్లులున్న పిల్లల్ని గేలిచెయ్యడం, ఆటపట్టించడం – మీ నాన్న ఎక్కడ? లేచిపోయాడా? అని. వాళ్ళకి అలా ఏడిపించడం సరదా.

"మా నాన్నేడి?" అని ఆహవి తన తల్లి మీద ఎప్పుడూ విరుచుకుపడుతూ వుంటుంది. కొంతకాలంగా ఆహవి తల్లితో సుముఖంగా మాట్లాడటం లేదు. ఏమి చెప్పినా దానికి బదులు మాట్లాడుతుంది. ఏమడిగినా వంకర సమాధానాలు చెప్తుంది.

ఎవరైనా పెద్దవాళ్ళు 'ఎలా ఉన్నావు?' అనడిగితే 'దిట్టంగా ఉన్నాను!' అంటోంది. 'తిన్నావా?' అని ప్రశ్నిస్తే అవుననో లేదనో అంటే సరిపోతుంది. అయితే ఈ పిల్ల పళ్ళు ఇకిలించుకుంటూ ఏం మాట్లాడకుండా నిల్చుంటుంది.

ఆ ఒక్క ఏడాదిలోనే దాదాపు వంద పెన్సిళ్ళు పోగొట్టుకొచ్చింది. అడిగితే 'పోయింది' అని అరుస్తుంది. తనతో చదివే పిల్లలందరూ ఇలానే పోగొడుతున్నారా?

"పెన్సిల్ ఎక్కడే?" అడిగింది అఖిల.

"పోయింది," అంది.

"ఎక్కడ పోగొట్టావు?"

"పెన్సిల్ ఏమైనా నాకు చెప్పి పోతుంది? ఎలానో పోయింది."

"అదెలా పోతుంది రోజుకొక పెన్సిల్? నీకు పెన్సిళ్ళు కొనే నేను పేదరాల్ని అయిపోయేలా ఉన్నాను!"

"ఇప్పుడేమైనా మనం కోటీశ్వరులమా?"

"మాటకు మాట ఎదురు మాటాడకు. నేనొక్కదాన్నీ రాత్రింబవళ్ళు కష్టపడి సంపాయిస్తున్నాను. నీకు వంట చేసి పెడుతున్నాను. నీ బట్టలు ఇస్త్రీ చేస్తున్నాను. కొంచం బాధ్యత తెలుసుకుని నడుచుకో. చెప్పేది అర్థమవుతోందా?"

"నువ్వు చెప్పిన వాటిల్లో ఏ పదానికి నిఘంటువు చూసి అర్థం తెలుసుకోవాలో చెప్పావంటే అప్పుడు అర్థమవుతుంది!"

ఇడియప్పానికి కలిపిన పిండిని కొంచం తీసుకుని ఉండగా ఒకచేత్తో పిసుకుతూ టేబుల్ కింద కూర్చుని కథల పుస్తకం చదువుతోంది ఆహవి. ఆ ఒక్కచోటే ఆమెకు తల్లి తొందర ఉండదు. చాలా సమయం పట్టే కొత్త అల్పాహారాన్ని తయారుచేసి టేబిల్ కిందున్న కూతురి చేతికి అందించింది అఖిల. దాని రంగునీ ఆకారాన్నీ చూసి ఆహవి 'వద్దు' అనేసింది.

"తిని చూడు నచ్చుతుంది," అంది అఖిల.

"నువ్వు చేసేవి ఏవీ బాగోవు!"

"నువ్వు రానురాను అన్యాయంగా తయారవుతున్నావే! చిన్నపిల్లగా ఉన్నప్పుడే నయం, ఏం పెట్టినా తినేదానివి."

"అప్పుడేం తినేదాన్ని?"

"నన్ను తినేదానివి!" అంది అఖిల.

అది విని పడిపడి నవ్వింది కూతురు. టేబుల్ కిందనుండి బయటికొచ్చి తల్లిచుట్టూ చక్కర్లు కొడుతూ, "నేను తిని మిగిల్చిన ఆహారమే అమ్మ! నేను తిని మిగిల్చిన ఆహారమే అమ్మ..." అంటోంది. అఖిలకీ నవ్వొచ్చింది. ఆహావితో తర్కించడం అసాధ్యం. మాటలకి తడుముకోదసలు. నోరు తెరిస్తే చాలు, చమత్కారం అలా వచ్చిపడుతూనే ఉంటుంది.

ఇంత తెలివితేటలున్న పిల్ల రోజూ పెన్సిళ్ళెందుకు పోగొడుతోంది? అఖిలకి అంతు చిక్కలేదు. ఆమె స్కూల్ టీచర్ కూడా 'ఈ పిల్ల కావాలనే పోగొడుతుంది!' అంది. తనతో చదివే పిల్లలకి కూడా ఈ పెన్సిళ్ళు మాయమయ్యే మర్మం అంతుచిక్కలేదు. కూతుర్ని ఒక సైకియాట్రిస్ట్ దగ్గరకు తీసుకెళ్ళింది. డాక్టర్ ఇద్దర్నీ కొన్ని ప్రశ్నలడిగాడు. తర్వాత పాపతో ఏకాంతంగా మాట్లాడాడు.

"ఆహావి మనసులోపల తీరని వెలితి ఉంది. దాన్ని పూరించడానికి ప్రయత్నించండి." అన్నాడు డాక్టర్. అప్పుడనిపించింది అఖిలకి, నాన్నలేని లోటే తనకున్న వెలితైయుండచ్చు అని.

సిల్వియాకి ఫోన్ చేసింది. అఖిలతో కలిసి చదువుకున్న స్నేహితురాలు ఆమె. మీడియాలో దర్యాప్తు కథనాలవీ కవర్ చేస్తుంటుంది. కొలంబోలో ప్రసిద్ధ జర్నలిస్ట్. మాంగుళంలో అఖిల వాళ్ళమ్మ చనిపోయినప్పుడు యుద్ధ వాతావరణం నెలకొని ఉండటంతో అంత్యక్రియలవీ సిల్వియా సాయంతోనే నెరవేర్చగలిగింది. జరిగినవన్నీ సిల్వియాకు తెలుసు. రాత్రికి రాత్రి తప్పించుకుని వచ్చిన అఖిలని కొలంబోలో తనతో బాటు ఉంచుకుని, దొంగ పాస్‌పోర్ట్ ఇప్పించి, కెనడా రావడానికి సాయంచేసింది. ఆమెతో ఇప్పుడు ఈ విషయం చెప్పినప్పుడు...

"పేరు తెలుసా?" అడిగింది.

అఖిల చెప్పింది.

"ఎలా తెలుసు?"

"వాళ్ళు మాట్లాడుకున్నారు."

"ఇంకేమైనా వివరాలు తెలుసా?"

"కమేండో డివిజన్ మేజర్ జయనాథ్ ఆధ్వర్యంలో ముట్టడి చేశారు."

"ఇది చాలు. కనుక్కుంటాను." అని ధైర్యం చెప్పింది సిల్వియా.

రెండు నెలల తర్వాత అర్ధరాత్రి సిల్వియా దగ్గరనుండి ఫోన్ వచ్చింది. "వెంటనే బయలుదేరు, కనిపెట్టేశాను!" అంది. సిల్వియా అడ్రస్ చెప్తుండగా న్యూస్ పేపర్

మీద రాసుకుంది. రెండు రోజుల్లో బయల్దేరుతామని చెప్పింది అఖిల. "ఎంత తొందరగా వస్తే అంత మంచిది. రెండు నెలలుగా చేసిన ఇన్వెస్టిగేషన్ ఫలితం ఈ వివరాలు. ఇప్పుడు వదిలేస్తే మళ్ళీ ఈ అవకాశం రాదు. వెంటనే రా!" అంది సిల్వియా.

జూలై 9, 2010 శుక్రవారం అఖిల తన కూతురితో కొలంబోలో దిగింది. మినువాంగొడ కొలంబో నుండి 35 కిలోమీటర్ల దూరం. అక్కడనుండి ఉడుగంపొల అనే గ్రామానికి వెళ్ళాలి. అవన్నీ పూర్తిగా సింహళులు నివసించే ప్రాంతాలు కావడంతో అఖిలకి కొంచం బెరుకు ఉండింది. సిల్వియా నవ్వింది. "గుర్తుందా? నువ్వు కెనడా వెళ్ళేప్పుడు కూడా ఇలానే భయపడి చచ్చావు. నేను చెప్పాను - రెండువేల ఏళ్ళ క్రితం ఏసుని కనడానికి మేరీమాత పది రోజులు గాడిదల మీద ప్రయాణించలేదా? నువ్వు విమానంలోనే కదా ఎగరబోతున్నావు! ఎందుకింత భయపడుతున్నావు?" అని. "ఇప్పుడు చూడు, యుద్ధం లేదు. ఒక గంట ప్రయాణమే. నిర్భయంగా వెళ్ళి రా. నాకు తెలిసిన ఆటో అతన్ని ఏర్పాటు చేశాను." అంది సిల్వియా.

ఆహవి ఆటోని చూడటం ఇప్పుడే. దానిలో ప్రయాణం అనగానే ఆమెకి పట్టలేనంత కుతూహలం! తల బయటకి పెట్టి వేడుక చూసింది. ఆకాశానికేసి చూసింది. ఇంత నిర్మలమైన నీలవర్ణపు ఆకాశాన్ని ఇంతకుముందు ఎప్పుడూ చూసింది లేదు. ఇంతవెలుతురు కూడా కొత్తే ఆమెకి. మినువాంగొడ దాటగానే తారు రోడ్డు మట్టిరోడ్డుగా మారింది. ఆటో కుదేయడం మొదలుపెట్టింది. ఆ కుదుపులకి ఆహవి తుళ్ళింత జతచేరింది. వీధుల్లో ఉన్న ప్లాస్టిక్ కవర్లు ఆటోని వెంటాడాయి. రోడ్డుపక్కనే ఉన్న అరటి చెట్లకు పెద్దపెద్ద అరటి గెలలు వేలాడుతున్నాయి. చిన్నమూతి ఉన్న బాటిళ్ళ లోపల పెద్ద మామిడికాయలు చెట్లకి వేలాడుతున్నాయి. "ఇదెలా సాధ్యం?!" అడిగింది ఆహవి. "నీకన్నీ తెలుసంటావు కదా? ఆలోచించు..." అంది అఖిల. గిన్ని కోళ్ళను ఆహవి టేబుళ్ళ మీద చూసిందిగానీ ఇలా వీధుల్లో తిరగడం చూళ్ళేదు. చిన్న తలతో, పెద్ద శరీరంతో అవి మేత పొడుచుకుతింటూ అటూ ఇటూ నడవడం ఆశ్చర్యంతోబాటూ నవ్వూ తెప్పించాయి. ఆమె చిన్ని బుర్ర అన్ని ఆశ్చర్యాలను నింపుకోలేకపోయింది. ఉన్నట్టుంది, "అమ్మా, ఎక్కడికెళ్తున్నాము? అమ్మమ్మవాళ్ళ బంధువుల ఇంటికా?" అనడిగింది.

"కొంచం ఆగు, ఎందుకంత తొందర? చెప్తాను. వెళ్ళేచోట తిన్నగా ప్రవర్తించు. అక్కడ నీ వంకర మాటలు ప్రదర్శించకు. నీ బుర్రని కాసేపు వాడకు. నీ పేరేమని ఎవరైనా అడిగితే ఒక మంచి కెనడా అమ్మాయిలా ఆహవి అని చెప్పు. పళ్ళికిలించుకుంటూ నిల్చోకు."

"సరే, అలా బుద్ధిమంతురాలిగా నడుచుకుంటే నాకేమిస్తావు?"

"ఏమివ్వాలేంటీ? క్లాసులో మంచిపేరు తెచ్చుకుంటే గిఫ్ట్ అడగచ్చు. లేదా వందమీటర్ల పరుగుపందెంలో నెగ్గితే ఏదైనా ఇవ్వచ్చు. తిన్నగా ఉండటానికి కూడా ఏదైనా ఇస్తారా?"

"ఓ దేవుడా! నా జీవితమే ముగిసిపోయింది. పదివేల మైళ్ళు ఎగిరివచ్చింది నా సత్ప్రవర్తనని ప్రదర్శించడానికా!"

"సరే సరే. ఇక ఆపు. ఇంక కొన్ని నిముషాలే! నువ్వు ఎప్పటికీ మరిచిపోలేని రోజుగా మిగిలిపోతుంది."

"నేను నమ్మను," అంది ఆహవి.

"గొంగళిపురుగు సీతాకోకచిలుకగా మారే రోజు. ఒకసారి అది మారాక మళ్ళీ గొంగళిపురుగుగా మారగలదా?"

"అదెలా మారుతుంది? సీతాకోకచిలుక సీతాకోకచిలుకే!"

"అదే. నీ జీవితంలోకూడా అలాంటొక సమయం ఇది."

"నేను రూపు మారబోతున్నానా?"

"మట్టి బుర్ర!" అనొకసారి ముద్దుగా ఆహవి తలమీద మొటికేసింది తల్లి.

అఖిలకి కొంచం సింహళం వచ్చు. ఏం మాట్లాడాలన్నది మనసులో ఓ సారి ఆలోచించుకుంది. ఆ వీధిలో అన్నీ మూడు నాలుగు గదులున్న ఇళ్ళు. అన్నిటికీ పైకప్పుగా ఆస్బెస్టాస్ రేకులు. పూలచెట్లు మెండుగా నాటి వున్నాయి. ఎక్కడచూసినా బోగన్‌విలియా, గులాబీ, అంథూరియం, కార్నేషన్ పువ్వులు పూసి వున్నాయి.

ఆటో డ్రైవర్ దార్లో వెళ్ళే ఒకతన్ని సిటీబాలా గురించి విచారించాడు. అతను ఒక ఇంటిని చూపించాడు. 'ఒక సాధారణమైన సిపాయి ఇల్లు ఇంత పెద్దదా!' అని అఖిలమనసులోనే ఒకసారి ఆశ్చర్యపోయింది. డ్రైవర్‌ని వెయిట్ చెయ్యమని ఆహవి చేయిపట్టుకుని తీసుకుని వెళ్ళింది. కాలింగ్ బెల్ నొక్కగానే ఒక మహిళ వచ్చి తలుపుతీసింది. ఇంటిలో వేసుకునే దుస్తుల్లో ఉంది. 14 సైజ్ దేహాన్ని 12 సైజు దుస్తుల్లో కుదించినట్టు, దుస్తులు పిగిలిపోతాయా అన్నట్టు ఉంది ఆమె శరీరం. అయితే నవ్వు ముఖం. మెడలో లావుపాటి గొలుసులు. రెండు చేతులకీ మోచేతులదాకా గాజులు. వయసు ముప్పైకి లోపే ఉంటుంది.

"ఎవరు కావాలి?" అని అనుమానంగా అడిగింది.

"సితీబాలా..." అని అఖిల చెప్పగానే,

"ఆ! లోపలికి రండి," అని సగం చిరునవ్వుతో ఆహ్వానించింది. నోటితో రమ్మని చెప్పినా మనసులో గాబరా ముఖంలో కనిపించింది.

"నా పేరు అఖిల. నేను కెనడా నుండి వస్తున్నాను. ఈమె నా కూతురి ఆహవి," అంది.

ఆ ఇంటి ఆవిడకి ఏమీ అర్థంకాక దిగ్భ్రమ చెందినట్టు చూస్తూ ఉంది. చప్పుడు వినబడి లోపలనుండి ఓ పాప బయటికొచ్చింది. ఆ పాపను చూడగానే ఆహవికీ అఖిలకీ ఆశ్చర్యం! ఆహవిని అచ్చు గుద్దినట్టుంది. అదే ఎత్తు, అదే ఉంగరాల జుట్టు, అవే పొడవాటి కళ్ళు.

ఆ పాపని చూపించి, "మా కూతురు అసుందా. ఏమైనా తాగుతారా?" అనడిగింది ఇంటావిడ.

"నీళ్ళు మాత్రం..." అంది అఖిల.

"ఆయన లీవులో వచ్చివున్నారు. రెండు రోజుల్లో తిరిగెళ్ళిపోతారు. ఇప్పుడు సంతకెళ్ళారు. వచ్చేస్తారు," అని చెప్పి వంటగది వైపుకెళ్ళింది.

ఆహవీ, ఆ ఇంటి పాపా ఒకరినొకరు 'ఎంత వింతా!' అన్నట్టు చూసుకున్నారు. సితీబాల ఇల్లాలు వంటగదినుండి నీళ్ళతో వెనుతిరిగిన సమయానికి సైకిల్ మీదవచ్చి దిగాడు సితీబాల. చేపలు, కాయగూరలు ఉన్న సంచుల్ని పట్టుకుని ఇంటి లోపలకి నవ్వుతూ అడుగులేశాడు. ఆ క్షణం తన జీవితం తల్లకిందులవ్వబోతోందని అతనికి తెలీదు.

అఖిల లేచి నిల్చుంది. అఖిలనీ ఆహవినీ చూసి నిశ్చేష్టుడైపోయాడు. ఓ అడుగు వెనక్కేశాడు. ఆహవిని చూసి, తర్వాత తన కూతుర్ని చూశాడు. వాడికి ఏమీ అర్థం కాలేదు. వాడి భార్య బిత్తరపోయినట్టు చూస్తూ ఉంది. ఏదో చెడు తన జీవితంలోకి అడుగుపెట్టినట్టు తోచింది.

అఖిల సితీబాలని చూసింది. అదే ముఖం, అవే విరిగిన పళ్ళు. వాడి నవ్వు తల్లకిందులుగా కనిపించింది. ఏం చెప్పాలి, ఏం దాచాలి అన్నది ముందే నిర్ణయించుకుని పొడిపొడిగా మాట్లాడింది అఖిల.

"జెయసిక్కురు యుద్ధం జరుగుతున్న సమయం. 21 నవంబర్ 1997, శుక్రవారం. మాంగుళం. అర్ధరాత్రి ఒంటిగంట. మిలిటరీ వాహనంలో నువ్వు నీ

జతగాడితో వచ్చి నా ఇంటి తలుపు పగలగొట్టావు. మా అమ్మ తల మీద నీ స్నేహితుడు తుపాకీతో కొట్టాడు... ఇది నీ కూతురు. పేరు ఆహవి. ఈమెకు తన తండ్రిని చూపించాలని కెనడా నుండి వచ్చాను."

సిఱిబాల భార్య దండెం మీంచి తడిచీర తెగిపడినట్టు నేలమీద దబ్బున పడిపోయింది. నీళ్ళ గ్లాసులు చెల్లా చెదురయ్యాయి. సిఱిబాల నోరు తెరచుకుని వణికిపోతూ నిల్చున్నాడు.

ఆహవిని చేయిపట్టి లాక్కుపోతూ అఖిల పరుగున వెళ్ళి ఆటోలో కూర్చుంది. డ్రైవర్ తలదువ్వుకుంటూ ఉన్నాడు. "తొందరగా... తొందరగా పోనివ్వు!" అంది అఖిల. ఆహవికి అక్కడ వాళ్ళు మాట్లాడుకున్నది ఏదీ అర్థంకాలేదు. ఏం జరిగిందన్నది ఆమె చిన్న బుర్రకి అంతుచిక్కలేదు. ఆటో కదలగానే ఏదో పెద్ద ఇబ్బంది నుండి తప్పించుకుని పారిపోతున్నట్టు ఆహవికి తోచింది. అమ్మ ముఖానికేసి చూసింది. ఆవేశంలో చమటలు పోస్తున్న ఆ ముఖం మరెవరిదోలా అనిపించింది.

"నేను మంచిగా ప్రవర్తించానా? ఎవరది? నా పేరెందుకు సింహాళంలో చెప్పలేదు?" అనడిగింది ఆహవి.

అఖిల కూతుర్ని దగ్గరకి తీసుకుని ముద్దుపెట్టింది. తర్వాత, "అతని పేరు సిఱిబాల. అతడే మీ నాన్న. అతని ముఖాన్ని గుర్తుపెట్టుకో. బుర్రలో నిలుపుకో. ఇదే చివరిసారి. ఇక నువ్వెప్పుడూ అతణ్ణి చూడబోవు."

"అప్పుడు అసుంద? ఆమె తల్లి, తండ్రి ఎవరు?"

"ఈ రోజునుండి అసుంద ఒంటరి తల్లికి కూతురు"

"నాలాగా?"

"నీలాగే."

[మూలం: 'వెళ్ళిక్కిళమై ఇరవుగళ్' **2016, మార్చ్ 30** 'ఆనంద వికడన్' వారపత్రికలో 'స్టార్ రచయితల కథలు' అన్న శీర్షికలో వెలువడిన కథ]

వెలుగు

కొందరు సెల్‌ఫోన్‌లు పోగొట్టుకుంటారు, తర్వాత వెతికి పట్టుకుంటారు. కొందరు పెన్ను పోగొట్టుకుంటారు, వెతుక్కుంటారు. కొందరు తాళంచెవి. కొందరు ఇంకేవో. నేను ఒకసారి నా కారుని పోగొట్టుకున్నాను.

ఆ రోజు టొరాంటోలో మంచు ఎక్కువగా కురుస్తుందనీ, వాతావరణం తల్లకిందలవుతుందనీ ఎఫ్.ఎమ్. రేడియోలో అనౌన్స్‌మెంట్ వస్తూనే ఉంది. నేను తొందరగా హాస్పిటల్‌కి చేరుకున్నాను. నా అపాయింట్‌మెంట్ టైమ్‌కల్లా రిసెప్షన్‌లో ఉండాలి. అందుకు ఇంకా ఐదు నిముషాలు టైమ్ మాత్రమే ఉంది. ఆ హాస్పిటల్‌లో పార్కింగ్‌కి ఐదు ఫ్లోర్లున్నాయి. కానీ ఎక్కడా ఖాళీల్లేవు. పార్కింగు కోసం వెతుకుతూ కార్లు చక్కర్లు కొడుతున్నాయి. నేను కూడా కొన్నిరౌండ్‌లు తిరిగి ఒక ఖాళీ చూసి నా కార్ పార్క్ చేసి డాక్టర్ దగ్గరకు పరుగుతీశాను. ఆ తొందర్లో కారు ఎక్కడ పార్క్ చేశానో, ఆ పార్కింగ్ స్లాట్ నెంబర్ ఏంటో చూసుకోలేదు.

అది మధ్యాహ్నం రెండు గంటల సమయం. నేను డాక్టర్‌ని కలిసి తిరిగి వచ్చేసరికి కారెక్కడ పార్క్ చేశానన్నది గుర్తు రావడంలేదు. ఏ ఫ్లోరన్నది, ఏ వింగ్, ఏ స్లాట్ అన్నది కూడా గుర్తు లేదు. నా చేతిలో ఉన్న రిమోట్ తాళంతో నొక్కి ఎక్కడైనా హెడ్‌లైట్స్ వెలుగుతాయా అని నెమ్మదిగా ఒక్కో వరసా చూసుకుంటూ వచ్చాను. ఇప్పుడిలా రాస్తున్నాను గాని, నిజానికి అప్పుడు కంగారుగా అటూ ఇటూ తిరుగుతూ ఒక క్రమమంటూ లేకుండా వెతుకుతూ తిరిగాను. కారు కనిపించలేదు.

అలా రిమోట్ తాళం చెవిని సెకండుకొకసారి నొక్కుకుంటూ తిరుగుతున్నప్పుడే చూశాను ఆ ఇంగ్లీషు జంటని. భార్యని వీల్‌చెయిర్‌లో కూర్చోబెట్టి తోసుకుని

వెళ్తున్నాడు. అతనికి సుమారు 45 ఏళ్ళుంటాయి, ఆమెకు ఒక రెండు మూడేళ్ళు తక్కువుండచ్చు. ఆమెను ఉత్సాహపరిచేందుకు గట్టిగట్టిగా ఏవో చెప్పుకుంటూ నడుస్తున్నాడు. ఆమె ఒకప్పుడు మంచి అందగత్తె అయుండొచ్చు. ఇప్పుడు మాత్రం చిక్కిపోయి 70 పౌండ్‌ల బరువుతో వీల్‌చెయిర్‌లో సగం కూడా నింపలేకపోతోంది ఆమె దేహం. ఆమె తల ఒక పక్కకి వాలిపోయివుంది. జుత్తు చాలామటుకు రాలిపోయింది. భర్త చెప్పినదాన్ని విని నవ్వే ప్రయత్నం చేస్తూ ఉంది. నన్ను దాటుకుని హాస్పిటల్ ఎంట్రన్స్ వైపుకి వీల్‌చెయిర్ నడుపుతూ వెళ్ళిన ఆ మనిషి నేను తాళంచెవి నొక్కుతూ కార్ వెతకడాన్ని గమనించి,

"కార్ తప్పిపోయిందా?" అనడిగాడు.

"కార్ అక్కడే ఉంది. నేనే తప్పిపోయాను," అన్నాను.

ఓ నవ్వు నవ్వి, "వెతకండి దొరుకుతుంది. మీరు కుక్కనో, పిల్లినో పోగొట్టుకోలేదు. అవైతే తప్పిపోయినచోటే ఉండవు. కాళ్ళున్న జీవులు కదా, వెతికి పట్టుకోవడం కష్టం. మీ కార్ కదలకుండా మీరు పార్క్ చేసిన చోటే ఉంటుంది. కనిపెట్టేయగలరు," అని చెప్పి వీల్‌చెయిర్ తోసుకుంటూ వెళ్ళిపోయాడు.

నేను నా వెతుకులాట కొనసాగించాను. ఒక గంటసేపు పైనా కిందా అన్ని ఫ్లోర్‌లలోనూ వెతికినా కార్ దొరకలేదు. ఆశ్చర్యంగా ఉంది. ఒక పిల్లర్‌కి పక్కన కుడివైపు పార్క్ చేసినది మాత్రం గుర్తుంది. ఇప్పుడు కుడివైపు పిల్లర్లున్న స్లాట్‌లు మాత్రం వెతుకుతూ, రిమోట్ బటన్ నొక్కుకుంటూ వచ్చాను. ఎక్కడా హెడ్‌లైట్‌లు వెలగలేదు. అంత పెద్ద పార్కింగ్ లాట్‌లో ఐదు ఫ్లోర్లలో అటూ ఇటూ తిరిగి నా కాళ్ళు అలసిపోయాయి. పార్కింగ్ లాట్ ఉద్యోగి దగ్గరకెళ్ళి నా పరిస్థితిని వివరించాను. అతను అది రోజూ జరిగే ఒక సాధారణ విషయంలా తేలిగ్గా తీసుకుంటూ నాకేసి చూసి, "క్షమించండి. ఇప్పుడు విజిటర్స్‌ను వదిలి రాలేను. ఇంకో గంటలో నా డ్యూటీ అయిపోతుంది. అప్పుడు వచ్చి మీకు సాయపడగలను," అన్నాడు.

మళ్ళీ నా అన్వేషణ కొనసాగించాను. మరోగంట సమయం వెతికుంటాను. బయట ఒక అడుగు ఎత్తున మంచు కురిసి ఉంది. ఇంతలో, ఇందాక నేను చూసిన వీల్‌చెయిర్ అతను తిరిగొచ్చాడు. ఇప్పుడు వీల్‌చెయిరూ లేదు, భార్యా లేదు. నన్ను చూసి నవ్వి,

"ఇంకా వెతుకుతున్నారా?" అనడిగాడు.

"కారు ఎక్కడికీ వెళ్ళలేదు. ఇక్కడే ఎక్కడో ఉంది," అన్నాను.

అతని భార్యకి డాక్టర్లు పరీక్షలు చేస్తున్నారు. ఇంటికెళ్ళి ఏవో కొన్ని సామాన్లు తీసుకురావాలి – అని చెప్పి తన కారు వైపుకు వెళ్ళిన అతను మళ్ళీ వెనక్కొచ్చాడు.

"ఏం కారు?" అడిగాడు. చెప్పాను. "ఏం రంగు?" చెప్పాను. "ప్లేట్ నెంబర్?" అదీ చెప్పాను.

కారు తాళాలు తీసుకున్నాడు. అతను రిమోట్ తాళం నొక్కుతూ ఒక వైపునుండి వస్తే నేను మరో వైపునుండి చూస్తూ అతని వైపుకి నడిచాను. ఇలా పదినిముషాలు వెతగ్గా ఒక పిల్లర్ పక్కన కార్ హెడ్‌లైట్ మిణుకు మిణుకుమంటూ కనిపించింది.

"అదే! అదే!" అని అరిచాను.

అతను తాళం చెవి నా చేతికిచ్చాడు. ధన్యవాదాలు చెప్పాను. అతని పేరడిగాను.

"నా పేరు తెలుసుకుని ఏం చేస్తారు?" అనడిగాడు.

"మీకు ప్రతి ఉపకారం ఏమీ చెయ్యలేనేమోగానీ, కనీసం మీ పేరైనా గుర్తు పెట్టుకుంటాను," అన్నాను.

"నోమ్" అన్నాడు.

"మీ భార్య త్వరగా కోలుకుని ఇంటికి వస్తారు."

"ఇక రాదు," అన్నాడు. అతని ముఖకవళికలు మారిపోయాయి. ఎందుకు చెప్పానా అన్నట్టు అయిపోయిందతని ముఖం.

నాకు వీపు చూపి తన కారు వైపుకి నడుస్తూ వెనక్కి తిరక్కుండానే చేయెత్తి ఊపుతూ వీడ్కోలు చెప్పాడు.

[మూలం: 'వెళిచ్చం' **16** నవంబర్ **2010** 'సొల్వనం' ఆన్‌లైన్ పత్రికలో వెలువడిన కథ]

సింహాసనం

ప్రతి రోజూ ఐదు నిముషాలు ఆలస్యంగా వచ్చే సోమబాలాకి ముప్పై ఏళ్ళు దాటివుండవు. మనిషి ఆరడుగుల పొడవుంటాడు. చేవదేరిన అడుగుమాను దుంగలను సునాయాసంగా భుజాల మీదకెత్తుకుని గాల్లోకి విసిరెయ్యడం చూశాను. అలా ఎత్తుకునేప్పుడు పొంగే వాడి కండరాలు భుజాన్ని చీల్చుకుని బయటకొచ్చేస్తాయేమో అన్నంత భయంకరంగా ఉంటాయి. తన చేతిలో ఉన్న కార్డ్ సాచిపట్టుకొని ప్రస్తుతం చేతులు కట్టుకుని నా ముందు నిల్చున్నాడు. నా ముందు ఎప్పుడూ కుర్చీలో కూర్చోడు. ఐదు నిముషాలు ఆలస్యంగా వచ్చినందుకు కార్డ్ మీద ఇన్–టైమ్ ఎర్ర అక్షరాలతో అచ్చయ్యి ఉంది.

వెయ్యిమంది కార్మికులు పనిచేసే ఈ ఫ్యాక్టరీలో ఆరు నెల్ల క్రితమే టైమ్ స్టాంప్ మెషిన్‌లు రెంటిని పెట్టారు. కార్మికులు రాగానే ముందు కార్డ్ మెషీన్‌లో పెడితే అది ఇన్–టైమ్ స్టాంప్ వేస్తుంది. అలానే వెళ్ళేముందూ చేయాలి. ఐదు నిముషాలు ఆలస్యం అయితే పదిహేను నిముషాల కూలి కత్తిరించబడుతుంది. పది నిముషాలు ఆలస్యం అయితే అర్ధగంట కూలి, అర్ధగంట ఆలస్యం అయితే రెండు గంటల కూలి. ఒక గంట ఆలస్యంగా వస్తే కార్మికుడు లోపలికి వెళ్ళడానికి వీల్లేదు.

సోమబాలా రోజూ ఆలస్యంగా వస్తున్నాడు కాబట్టి నా దగ్గరకొచ్చాడు. ఈ ఫ్యాక్టరీ కొలంబో నుండి 125 కిలోమీటర్ల దూరాన ఉండే గింతోట అన్నచోట ఉంది. నూటికి నూరుపాళ్ళు సింహళులు ఉండే ప్రాంతం అది. అక్కడ ఉద్యోగం చేసేవాళ్ళలో నేనొక్కణ్ణే తమిళుణ్ణి. వంద సింహళ పదాలకు మించి నాకు మాట్లాడటం చేతకాదు. నేను చెప్పదలచుకున్నదేదైనా నా ఈ వంద పదాల పదజ్ఞానంతోనే వ్యక్తపరచాలి.

“అసలు నీ సమస్యేంటి? నువ్వు ఆలస్యంగా రావడంవల్లేగా కూలీ

కత్తిరించుకుంటున్నారు? ఇంటి నుండి ఐదునిముషాలు ముందు బయల్దేరచ్చు కదా?" అనడిగాను.

సోమబాలా తలవంచుకునే ఉన్నాడు. ఏదో చెప్పదలచుకున్నాడు. వాడివల్ల కాలేదు. అంత బలశాలి అయిన ఒకడు నా ముందు ఇలా తలవంచుకుని నిల్చోవడం నాకే ఇబ్బందిగా అనిపించింది. 'సరే వెళ్ళు' అనగానే వెళ్ళిపోయాడు. మరో కార్మికుడు మెడవంచుకుని తల మాత్రం లేపి చూశాడు. కొలిమిలో కొట్టి సాగదీసినట్టు పొడవుగా ఉన్నాడు. ఎంట్రీ కార్డు చేతబట్టుకుని లోపలికొచ్చాడు.

ప్రభుత్వం నడిపే ఈ ప్లయ్‌వుడ్ కంపెనీ ఇరవై ఏళ్ళుగా నడుస్తోంది. రోజూ పెద్ద పెద్ద లారీల్లో చెట్లు కొట్టేవాళ్ళు వాళ్ళు నరికిన అడవి మానుల దుంగలు తెచ్చి పేర్చిపోతారు. ఆ ప్రాంతమంతా కర్ర వాసన కమ్ముకుని ఉంటుంది. బ్రహ్మాండమైన మెషిన్‌లలోకి కన్వేయర్ల మీద ఇటునుండి వెళ్ళే దుంగలు పలుచని రేకుల్లా అటువైపు వచ్చిపడుతుంటాయి. ఈ రేకులను అడ్డంగా, నిలువుగా పేర్చి 3, 5, 7, 9 అని అంటించి, వొత్తి పలురకాల మందంతో పలకలు తయారు చేస్తారు. అవి నున్నగానూ, తేలికగానూ ఉంటాయి. అయితే మామూలు కర్ర పలకలకంటే గట్టిగా ఉంటాయి. కాబట్టి వీటి వ్యాపారం కూడా అమోఘంగానే జరుగుతోంది.

ఫ్యాక్టరీలో పనిచేసే పనివాళ్ళలో అందరికంటే ఎక్కువ చదువుకున్నవాడు సోమబాలా. అయితే వాడు మెషిన్‌ల దగ్గర పని చెయ్యడు. దుంగలను గ్రేడింగ్ చేసే విభాగంలోనో, మెషిన్‌లోకి పంపించే సెక్షన్‌లోనో లేడు. రేకులను పేర్చి అంటించే సెక్షన్‌లోనో పాలీష్ చేసే సెక్షన్‌లోనో కూడా వాడు పని చేయడు. కలపపొట్టునూ చెత్తనూ ఊడ్చే పనో, లారీలు దుంగలను కుప్ప పోసే చోట శుభ్రం చేసేపనో చేస్తుంటాడు. వాడు కేవలం మానులను చూసే వందలాది వృక్షాలను గుర్తుబట్టగలడు. ఏ మాను దేనికి పనికొస్తుంది, వాటి బలం, ప్రత్యేకతలు, చరిత్ర – ఇవి వాడికి వెన్నతో పెట్టిన విద్య. వడ్రంగి పనిలో నైపుణ్యం ఉన్నవాడు. వాడి కులవృత్తి అది. అయినప్పటికీ ఈ ఫ్యాక్టరీలో అందరి వేళాకోళాలనూ భరిస్తూ కిందస్థాయి పనివాడుగా పనిచేస్తున్నాడు.

ఒకరోజు సోమబాలా అర్ధగంట ఆలస్యంగా వచ్చినందుకు అతని మేనేజర్ ఛండాలంగా తిట్టాడు.

"ఆలస్యంగా వచ్చినందుగ్గాను నీ జీతమెలానూ పట్టుకుంటున్నారు. నిన్ను అలా తిట్టడం దేనికి?" అని అడిగాను.

"నేను కిన్నర కులంవాడిని. అంటే తక్కువ కులం. మమ్మల్ని అలానే తిడతారు." అన్నాడు.

"నీకు అలవాటైపోయిందా?" అనడిగాను.

నా చెవి దగ్గరకొచ్చి "ఫ్యాక్టరీ పెద్ద మేనేజర్‌ది ఏం కులమో తెలుసా?" అనడిగాడు.

"తెలియదు." అన్నాను.
"దేవ కులం."
"అంటే?"

"పూర్వకాలంలో రాజులందరూ దేవ కులస్తులే. కాబట్టి పై జాతి," అన్నాడు. తల అటూ ఇటూ తిప్పి చూసి మెల్లగా "మీకో విషయం తెలుసా? మన జనరల్ మేనేజరు ఒక సింహాసనం చేయిస్తున్నారు," అన్నాడు.

"సింహాసనమా! దేనికి?"
"కూర్చోడానికే!"

"జనరల్ మేనేజర్‌గారికి ఆయన పూర్వీకులు కూర్చున్నట్టు సింహాసనంలో కూర్చోవాలని మనసులో కోరిక పుట్టినట్టుంది. అడవుల నుండి వచ్చి దిగే కర్రల్లో యోగ్యమైన వాటిని ఎంచుకుని మంచి సింహాసనం చెయ్యమని ఆర్డర్ వేశాడు. దానికి నియమించబడ్డవాడు అసమర్థుడు, అబద్ధాలకోరు. పండి రాలిన గుమ్మడికాయ నెత్తినపడిందని జంకకుండా చెప్పే రకం. వాడికి వడ్రంగి పనీ తెలీదు, శిల్పాలు చెక్కడమూ రాదు. ఎన్నో విలువైన కర్రలను పాడు చేశాడు. సింహాసనపు కోళ్ళు సింహం కాళ్ళలా ఉండాలన్నారు జనరల్ మేనేజరు. వీడికి గాడిద కాళ్ళు చెక్కడం కూడా రాదు."

"జనరల్ మేనేజర్ కోసం ఒకటి రెండు కర్రలు వృథా అయితే ఫ్యాక్టరీకి పెద్ద నష్టమొచ్చేస్తుందా ఏంటి?"

"మీరే ఇలా మాట్లాడటం ఆశ్చర్యంగా ఉంది. వాళ్ళు పాడు చేస్తున్నది మామూలు మానులు కాదు. చాలా విలువైనవి, అరుదైనవి. ఈ దేశాన్ని మునుపు పాలించిన ఆంగ్లేయులు కదుబెరియ మానులను వందలాది నౌకల్లో ఇంగ్లాండుకు తీసుకెళ్ళిపోయారు. వందేళ్ళు చేవదేరిన కదుబెరియ చెట్లను వాళ్ళు నరికినప్పుడు, కొత్త చెట్లేమీ నాటలేదు. ఇంగ్లాండులో ఆ మానులతో చేసిన బల్లలమీద, కుర్చీలమీద కూర్చుని భోజనాలు చేస్తున్నారు. అలాంటి మానులు వాళ్ళకు మరెక్కడా దొరకవు. అంత నున్నగా బలంగా ఉంటాయి. మెరుగుపెట్టిస్తే ముఖం చూసుకోవచ్చు. అలా మెరుస్తాయి. వాళ్ళు నాశనం చేసింది చాలదన్నట్టు పనిరానివాళ్ళు కూడా నాశనం

చేస్తున్నారు. కళా నైపుణ్యం ఏ కోశానా లేనివాళ్ళు చెట్లు నరికే పని చెయ్యొచ్చు గానీ, కర్ర వస్తువులు చెయ్యకూడదు. తలలో ఏదైనా ఉంటేనే కాదా అది కర్రమీద కళగా మారేది?"

సోమబాలా ఇంతలా కోప్పడటం నేనెప్పుడూ చూడలేదు.

"సింహాసనానికి ఏ కర్రయితే ఉచితం అని నిన్నడిగితే నువ్వు ఏం చెప్తావు?"

"మునుపొక తెల్లదొర గవర్నర్‌గా ఉండేవాడు. వాడి పేరు సర్ రాబర్ట్ బ్రౌనిక్. వాడు కాలమందర్ మానులను కబళించి ఇంగ్లాండుకు తీసుకెళ్ళాడట. వాడి ఇంటికి తలుపులు కూడా ఆ కర్రలతోనే చేయించాడట. ఇప్పుడు జరుగుతున్నది అంతకంటే రోతగా ఉంది. ఇక్కడ చెక్క తరుగు, పొట్టు ఊడ్చే పని చేస్తున్నవాడినే అయినప్పటికీ నేను ఈ దుర్మార్గాలను చూసి ఓర్చుకోలేకపోతున్నాను."

నేనడిగిన ప్రశ్నకు మాత్రం జవాబు చెప్పనేలేదు వాడు.

"చెట్లమీద ఇంత ప్రాణం పెట్టుకున్న నువ్వెలా ఈ వృత్తిలోకి వచ్చావు?"

"ఇంకేముంటుంది? మానులమీదున్న ప్రేమవల్లే. ఇలా ప్రతి రోజూ మానులతో గడపగలుగుతున్నాను. వాటి చరిత్రని చదువుతున్నాను. ఎన్ని రకాలు! 60 అడుగులు 70 అడుగులు పొడవున్న మానులు. 20 అడుగుల చుట్టు కొలతున్న మానులు. వందలేళ్ళు జీవించిన మానులు. అయితే వీటిని నాశనం చెయ్యడాన్ని చూస్తూ సహించలేకున్నాను. ఈ వృత్తి నాకు సరైనది కాదు. మీరేమనుకుంటారు?"

"నువ్వు చాలా ప్రశ్నలడుగుతావు."

"ప్రశ్నలే ప్రధానం. జవాబులు కావు. ప్రపంచం ప్రగతి గతిలో సాగేది ప్రశ్నల వల్లే. ఇలాంటివి చూస్తూ ఊరుకోలేను."

"మరేం చెయ్యగలవు?"

"నాకు చెట్లను నాశనం చేసి దానిలో దొరికే డబ్బుతో బతకాలని లేదు. ఎప్పుడో ఒకరోజు ఈ ఉద్యోగం వదిలేస్తాను," అంటూ పనిలోకి వెళ్ళాడు.

నా టైపు మెషిన్‌లో యూ, కే, ఎక్స్ అక్షరాలు కొట్టినప్పుడు పేపర్‌కి అంటుకుంటాయి. ప్రతిసారీ వేలితో అక్షరం అచ్చును లాగి వదలాలి. ఆ అక్షరాలు రాని వాక్యాలను సృష్టించుకుని టైప్ చేసుకుంటూ ఉన్నాను. పని కొలిక్కివచ్చిన సమయాన గడపలో నీడగా కదలిక. తలెత్తి సోమబాలాని చూసి నివ్వెరబోయాను. ముఖము, జుట్టు, చేతులు, కాళ్ళు అంతా కర్ర ధూళితో కప్పుకుపోయుంది. నడుస్తున్న కర్రలా ఉన్నాడు. అడ్డంగా

కోసిన ఒక పలక నెత్తిన పెట్టుకునున్నాడు. గుండ్రటి ఆ పలక అంచులను చేతులు చాచినా అందుకోలేము. దాని చుట్టుకొలత ఎంత కాదనుకున్నా ఇరవై అడుగులుండచ్చు. బిగసిన వాడి భుజాల కండరాలను చూస్తేనే తెలుస్తోంది ఆపలక ఎంత బరువుగా ఉందోనని! దాన్ని జాగ్రత్తగా నేల మీద దించి పెట్టేసి, "ఇదేం మానో తెలుసా?"అన్నాడు.

"తెలియదు," అన్నాను.

"బేయోబాబ్స్. సింహళంలోనూ అరవలోను దీన్ని పెరుక్కా మాను అంటాము. వేలాది సంవత్సరాల క్రితం ఈ చెట్టు ఆఫ్రికా నుండి వచ్చింది. కాండం మీద ఈ రింగులు ఎంచి చూస్తే దాని వయసెంతో తెలుస్తుంది. దీని వయసెంతో తెలుసా? 400 సంవత్సరాలు. నాలుగు వందల సంవత్సరాల చెట్టుని నరికేశారు. ఇలాంటి మాను మనకు ఇంకొకటి కావాలంటే మనం నాలుగు వందల సంవత్సరాలు ఎదురు చూడాలి. ఇదిగోండి, ఈ నడిమధ్యన ఉంది చూశారూ? ఈ చుక్కే ఇది మొలిచిన కాలం. రాజా విమలధర్మ సూర్యా పరిపాలించిన కాలం. 400 ఏళ్ళ క్రితం కండిని పరిపాలించినవాడు. క్రైస్తవ మతం నుండి బౌద్ధమతానికి మారినవాడు. పెద్ద సైన్యంతో వచ్చిన పోర్చుగీసులను తన చిన్న సైన్యంతో అతి చాతుర్యంగా ధ్వంసం చేసినవాడు. వాడి కాలంలో పుట్టిన చెట్టిది. ఇదిగోండి ఈ వలయం దగ్గర లంకాపురి చివరి రాజు సిటి విక్రమ్‌రాజసింగెను బ్రిటీష్‌వారు వేలూరు చెరశాలకు తీసుకెళ్ళి బంధించారు. ఈ వలయం దగ్గర శ్రీలంకకు స్వాతంత్రం వచ్చింది..." ఇలా చెప్పుకుంటూ పోయాడు.

"అంత కచ్చితంగా చెప్పగలవా?"

"చెప్పగలను. అంతేకాదు. ఈ చెట్టు చాలా అరుదైనది. ప్రభుత్వం చివరిగా తీసుకున్న లెక్కల ప్రకారం, ఈ దేశంలో ఇవి కేవలం 40 చెట్లే ఉన్నాయి. దాన్లో ఒకదాన్నిప్పుడు నరికేశారు. నాకు చాలా బాధగా ఉంది. చెట్లను నరికి దానితో వచ్చే డబ్బుతో పొట్టపోసుకోవడం సిగ్గేస్తుంది. నేను ఈ ఉద్యోగం మానేస్తాను."

"నువ్వు ఉద్యోగం మానేయలేవు. నీకు మానుల మీదున్న అపేక్ష నిన్ను వదిలి వెళ్ళనివ్వదు. వాటి సాంగత్యం కావాలి నీకు," అన్నాను.

మళ్ళీ కొన్నాళ్ళకు సోమబాలా కనిపించకపోయేసరికి వాడు చెప్పినట్టు ఉద్యోగం మానేశాడనుకున్నాను. అయితే ఒక రోజు పొద్దున కార్డ్ పట్టుకుని నా ముందు నిలబడ్డాడు.

"ఏంటి? మళ్ళీనా?" అని ముఖం చిట్లించాను.

వాడికి కోపం వచ్చేసింది. వాడెప్పుడూ అలా మాట్లాడిందెరుగను. "నేనేమైనా చిన్నపిల్లాడ్నా? చెప్పిందే మళ్ళీ మళ్ళీ చెప్పడం వల్ల ప్రయోజనమేముంది? నాకు తెలుసు నేనెందుకు ఆలస్యంగా వస్తున్నానో. మా ఇంట్లో ఉన్నది నేనూ, మా నాన్న మాత్రమే. నేను ఇంట్లో లేనప్పుడు ఆయన బయటకెళ్ళి తిరిగొచ్చే దారి మరిచిపోయి తప్పిపోతుంటారు. ఆయనకి మతిమరుపు వ్యాధి. మాకు మరెవరి సహాయము లేదు. నేను పొద్దున ఆయనకి స్నానం చేయించి, తినిపించి పడుకోబెట్టి, మోకాలికి ముద్దుపెట్టి, మంచానికి ఆయన్ని తాడుతో కట్టేసి ఉద్యోగానికి వస్తాను. ఈ పనుల వల్ల కొన్నిసార్లు ఆలస్యం అవుతుంది. సాయంత్రం వెళ్ళి ఆయన కట్లిప్పి వదిలిపెడతాను. మళ్ళీ ఆయనకి స్నానం చేయించి, తినిపించి, మోకాలికి ముద్దుపెట్టి నిద్రపుచ్చుతాను. నేను ఆలస్యంగా వస్తే నా జీతంలో కొంచం పట్టుకుంటారు. దీనివల్ల వచ్చే నష్టమేంటి? నేనేమైనా మెషిన్ నడుపుతున్నానా? ఊడ్చి శుభ్రంచేసే పనేగా? ఆలస్యంగా వచ్చినా పని అవుతోందిగా?"

అప్పుడనగా ప్రియాంక లోపలికి వచ్చింది. జనరల్ మేనేజర్ సెక్రెటరీ. ఇక్కడ పనిచేసే ఏకైక మహిళ. ఆమె ధరించిన వస్త్రం పూర్వకాలపు రాణుల వస్త్రంలాగా కాళ్ళకిందదాకా పొడవుగా నేలమీద జీరాడుతుండటంవల్ల అడుసులో నడుస్తున్నట్టు ఒక్కో అడుగు పైకి ఎత్తిపెట్టి నేలని గట్టిగా తొక్కుతున్నట్టు నడుస్తోంది. నేనెంతో శ్రమపడి టైపు చేసిన ఒక కాగితం తిరిగిచ్చింది. 'యూ'నో లేక 'కే'నోసరిగ్గా టైపవ్వలేదని మేనేజర్ చెప్పుంటారు.

"టైపురైటర్ పాతదయిపోయింది, సర్వీస్ చేయించాలి." అన్నాను.

ఆమె దానికి ఏమీ మాట్లాడకుండా, కళ్ళు పైకి ఎగరేసి, నాటకీయంగా చూసి వెళ్ళిపోయింది.

నేను సోమబాలాతో "ఈ అమ్మాయిని నీ వెంట తీసుకెళ్ళు. ఆమె వేసుకున్న గౌను నువ్వు ఊడవవలసినదంతా ఊడ్చేస్తుంది!" అన్నాను.

సోమబాలా పొట్ట పట్టుకుని మరీ పడిపడి నవ్వాడు. నవ్వేప్పుడు కూడా వాడి కండలు తిరిగిన భుజాలు పొడుచుకునే ఉన్నాయి.

గది సంతోషంతో నిండిపోయాక అడిగాను, "నీకు సాయం చేసేందుకు ఎవరూ లేరా?"

"నేనెందుకు మరొకరి దగ్గర సాయం అడగాలి? ఇది నా బాధ్యత కదా? చెట్టుకు మధ్యభాగమే బలం. గట్టిబడి ఉక్కులా ఉంటుంది. ఆ చెట్టులో మొట్టమొదటి

భాగమూ అదే. అయితే చెట్టుకి కావలసిన ఆహారాన్ని సరఫరా చెయ్యడం ఆ భాగం వల్లకాదు. చెట్టు తాట భాగమే ఆహారాన్నీ నీటినీ సరఫరా చేస్తుంది. ఆ భాగం లేతది, వయసులో చిన్నది. మనుషులూ అంతే. పెద్దలు కుటుంబానికి బలం. కొత్తతరం వాళ్ళే సంపాదనలవీ చూసుకోవాలి."

ఆ తర్వాత వాడు రాత్రి షిఫ్టుకు మారినట్టు తెలిసింది. తర్వాత వాడిని కలిసే సందర్భమే రాలేదు. ఒక రోజు రాత్రివేళ లారీలో వచ్చిన దుంగలు కట్లు తెగి దొర్లిపోసాగాయట. ఆ చోటు వాలుగా ఉండటంతో అవి వేగంగా దొర్లుకుంటూ వెళ్ళడం సోమబాలా చూశాడు. అక్కడ పనిచేస్తున్నవారి మీదకి వెళ్ళుంటే కచ్చితంగా ఒకరిద్దరి ప్రాణాలు పోయేవి. సోమబాలా ఒక్క ఉదుటున దూకి ఓ పెద్ద దుంగను నిలువుగా విసిరేసి దొర్లుతున్న దుంగల్ని ఆపి ప్రమాదం జరగకుండా రక్షించాడు. మరుసటి రోజు ఫ్యాక్టరీ అంతా అదే వార్త.

ఫ్యాక్టరీలో ప్రతి ఏడూ జరిగే వార్షికోత్సవాలలో గుర్తింపు బహుమతి ఈ ఏడు వాడికే వస్తుంది అని మాట్లాడుకున్నారంతా. నేనూ అలానే అనుకున్నాను, మనుషుల ప్రాణాలను కాపాడాడు అని. అయితే ఎటువంటి బహుమతీ ఇవ్వలేదు, గుర్తించనూలేదు. జనరల్ మేనేజర్ అన్నారని బయట జనం చెప్పుకున్న పుకారేంటంటే 'వాడికి బహుమతి ఇవ్వడం కంటే ఒక తమిళుడికి ఇవ్వచ్చు!' అని.

"నిన్ను గుర్తించి నీకు బహుమతిస్తారని నువ్వు ఎదురు చూశావా?" అని అడిగాను.

వాడన్నాడు, "దుంగలు దొర్లగానే నేను పరుగున వెళ్ళి ఆపాను. ఏ ఆపదా జరగకూడదని. అప్పుడు బహుమతి వస్తుందా రాదా అనేం ఆలోచించలేదు. ఎవరికి ఏది రాసిపెట్టుందో అదే జరుగుతుంది."

నేనేం మాట్లాడలేదు.
"నేను ఉద్యోగం మానేస్తున్నాను," అన్నాడు.
నేనేం చెప్పలేక అక్కడనుండి వెళ్ళిపోయాను.

సోమబాలా ఉద్యోగమేమీ మానలేదు. రెండు వారాల తర్వాత నేను ఉద్యోగానికి రాజీనామా చేశాను. నా పెట్టె సర్దుకుని బస్ కోసం వెళ్తుంటే, సగం దారిలో సోమబాలాని ఒకసారి కలవాలనిపించింది. వాడు నైట్ షిఫ్ట్‌లో ఉన్నాడు. ఫ్యాక్టరీ రాత్రి వేళలో వేరేలా కనిపించింది నాకు. గుమ్మం దగ్గర రెండు పెద్ద టైమ్ పంచింగ్ మెషిన్‌లు. పొద్దున వేళైతే ఆ మెషిన్‌ల ముందు పెద్ద వరుసల్లో కార్మికులు నిల్చున్న దృశ్యం

గుర్తొచ్చింది నాకు. ఇప్పుడు అక్కడ ఒక్కరూ లేరు.

సోమబాలాని వెతుక్కుంటూ వెళ్ళాను. వాడు మామూలుగా ఉండేచోట లేడు. మెషిన్‌లు చెవులకు తూట్లు పెట్టేంత శబ్దం చేస్తున్నాయి. తలెత్తి నన్ను చూసి మళ్ళీ పనిలో పడిపోయాడు.

"నువ్వు మామూలుగా ఉండేచోట వెతికాను."

తల పైకెత్తకుండానే జవాబు చెప్పాడు. "ఎన్నో నెలల సమయాన్నీ, అపురూపమైన మానులనూ వృధా చేసేశారు. ఇప్పటికి ఆ పని నాకిచ్చారు. ఒకప్పుడు కండిని పాలించిన రాజులు తమ రాజభవనాల్ని అలంకరించడానికి వాడుకున్నది ఈ కర్రనే. దీనిపేరు హూలన్‌హిక్. ఇది ఎలానో తెల్లోళ్ళ దృష్టినుండి తప్పించుకుంది. ఈ కర్రనుండి వచ్చే సువాసన సౌధమంతా నిండిపోయేదట. నలుపన్నది రంగే కాదంటారు శాస్త్రవేత్తలు. మెరుగు పెట్టినకొద్దీ దీని వన్నె పెరుగుతూ ఉంటుంది. దీనిలా మెరిసే నల్లటి మాను ప్రపంచంలో మరోటి లేదు!"

కుర్చీ చేతులపై నోరు తెరచిన రెండు సింహాలు తద్రూపంగా చెక్కబడున్నాయి. కాళ్ళు ఉరకడానికి సిద్ధంగా ఉన్న సింహపు కాళ్ళలానే ఉన్నాయి. పాపాయిని హత్తుకున్నంత లాఘవంగా చేయి పిడికి మెరుగు పెడుతున్నాడు. నునుపు దేరుతూ నల్లగా మెరుస్తోంది. వాడు పనిలో నిమగ్నమైపోయున్నాడు. కళల్లో పడితే అన్నీ మరచిపోతారు కాబోలు!

"ఇటువంటి చారలు మరే మానులోనూ చూడలేము. ఈ మానుకు మాత్రమే ఇలాంటి క్రమమైన చారలిచ్చే కణాలుంటాయి. అందుకే దీన్ని కర్రలకల్లా రాజు అంటారు."

"సింహాసనం చేస్తున్నావా?" మాటలు పొడిగించాలన్నట్టు.

ఎక్కడా కేంద్రీకరించని చూపు చూడటం వాడికి అలవాటయినట్టుంది. "నేను కూర్చోటానికి ఒక ఆసనం చేస్తున్నాను. ఒక రాజు కూర్చుంటే మాత్రమే అది సింహాసనం అవుతుంది."

"నేను ఉద్యోగానికి రాజీనామా చేసేశాను. నీతో చెప్పివెళ్దాం అని వచ్చాను."

వాడేం మాట్లాడలేదు. శ్రద్ధగా మెరుగు పెడుతున్నాడు. వాడి బుర్రలో ఏదో మెదలింది. అయితే దాన్ని చెప్పలేకపోతున్నాడు. వాడికి రావాల్సిన జీతాన్ని ఎడాపెడా కోసిన వాడితో ఏంటి మాట్లాడేది అని వాడు అనుకుని ఉండచ్చు.

నేను కొలంబో వెళ్ళే చివరి బస్ ఎక్కి కూర్చున్నాను. మూడుగంటల ప్రయాణం. ఒక ముసలాయన మంచానికి కట్టబడి ఉన్న దృశ్యం కళ్ళముందు కదిలింది. ఆరవ జార్ రాజు కూర్చోడానికి యోగ్యమైన నున్నని సింహాసనం తయారు చేస్తున్న దృశ్యం కూడా కళ్ళముందు కదిలింది. తర్వాత ఎర్ర ఇంకుతో అచ్చువేసిన అట్టలను చేతబట్టుకుని వరుసగా కార్మికులు నిల్చున్న దృశ్యం. బస్సు తనదారిని తానే వెలుగు పరచుకుంటూ చీకటికేసి కాంతిరేఖలా పరుగుతీస్తోంది. ఎప్పుడోగాని దొరకని నడిజాము మెలుకువ ఘడియలు, తన తండ్రికంటే చెట్ల మానులను ఎక్కువగా ఆరాధించే ఒకణ్ణి గురించి ఆలోచించడంలో గడిచాయి.

[మూలం: 'సిమ్మాసనం'. ఆట్టుప్పాల్ పుట్టు(2017) (మేకపాల పుట్టు) అన్న కథల సంపుటి నుండి.]

భారం

అమెరికాలో వాడు మొట్టమొదట అద్దెకున్న ఇంటికి ఎదురుగా శ్మశానం ఉండేది. ఆ విషయం వాడికి ఆ ఇంటిలోకి చేరిన మరునాడు తెల్లవారుజామున కిటికీ తీసినప్పుడే తెలిసింది. వెంటనే వాడు అయోనిజను గుర్తు చేసుకున్నాడు. శ్మశానాన్ని దాటి వెళుతున్న ప్రతిసారీ ఆమె వేళ్ళు చప్పరించేది. వాడినీ అలా చప్పరించమని చెప్పేది. వాడికి నవ్వొచ్చేది. అయోనిజ అమెరికాలో ఉంటే చలికాలంలో ఏం చేస్తుంది? గ్లౌజులు తీసి ఒక్కో వేలూ చప్పరించి మళ్ళీ తొడుక్కుంటుందా? చేసినా ఆశ్చర్యపోనక్కర్లేదు. వింత ప్రవర్తనల్లో ఆమెను జయించడం ఎవరితరమూ కాదు.

వాడికి 22 ఏళ్ళు. పోస్ట్ గ్రాడ్యుయేషన్ చేస్తున్నాడు. విశ్వవిద్యాలయం ఫెలోషిప్ ఇచ్చి జీతం ఇస్తుంది. ఇక్కడికి వచ్చినపుడు అన్నీ కొత్తగా వింతగా అనిపించేవి. మెల్లగా అలవాటుపడ్డాడు. శ్మశానం శ్మశానంలా కాకుండా ఖాళీ సమయాన్ని గడిపే పార్కులా అనిపించింది. సమాధుల మీద చెక్కిన వాక్యాలు చదువుకుంటూ నడవడం వాడికి చాలా ఇష్టం. ఒకసారి 12 ఏళ్ళ అమ్మాయి తన పుస్తకాల సంచీతో వచ్చి ఒక సమాధి ముందు కూర్చుని ఏడుస్తోంది. సమాధి గట్టుని ఒట్టిచేత్తో తుడిచి, తాను తెచ్చిని పూలగుత్తిని పెట్టి ఏదో జపం చేసింది. ఆ పాపమో కాళ్ళమీద కూర్చుని ఉన్న దృశ్యం వాడి మనసుకి బాధ కలిగించింది. అంత చిన్నతనంలోనే ఎంత పెద్ద కష్టమొచ్చిందో! తర్వాత కళ్ళు తుడుచుకుని సంచీ తీసుకుని వాణ్ణి దాటుకుని వెళ్ళిపోయింది. వాడు వంగి ఆ సమాధి మీదున్న వాక్యం చదివాడు : 'ఓ ప్రభూ, నేను ఈ భారం మోయలేకున్నాను!' చచ్చిపోయిన వ్యక్తి ఏభారం గురించి చెప్తున్నాడో వాడికి అర్థంకాలేదు.

ఇంతకీ వాడి పేరు చెప్పనేలేదు. వాడి పేరు విమల్. విమల్ అద్దెకు తీసుకున్నది

ఇల్లు కాదు ఇంటిలోని ఒకే ఒక గదిని. ఆ కాంప్లెక్స్‌లో అన్ని ఇళ్ళూ ఒకేలా ఉన్నాయి. కిటికీ కర్టెన్‌ల రంగులే వేరు. ఆకుపచ్చ కర్టన్ వేసిన మూడో ఇంటిలో ఓ తల్లీ, బిడ్డా ఉన్నారన్నది గమనించాడు. వాళ్ళు మాట్లాడుకుంటుంటే అటూ యిటూ వెళ్ళేప్పుడు విన్నాడు. ప్రతి వాక్యాన్నీ ఆమె పిల్లాడితో ఇంగ్లీషులోనూ, తెలుగులోనూ మాటలాడుతుంటుంది. వీడికి ఇంగ్లీషు, అరవం మాత్రమే వచ్చు. ఓ రోజు ఆ ఇంటిలో ఆమె తనవైపుకు వయ్యారంగా నడిచి వచ్చి పలకరించింది. ఓ క్షణం అయోనిజే అనుకున్నాడు. అంత దగ్గర పోలికలున్నాయి. ఇదివరకు అంత దగ్గరగా చూడలేదు ఆమెను. గొప్ప అందగత్తె. ఇతనూ పలకరించి నమస్కరించినపుడు ఆమె జుట్టుని వెనక్కి సవరించుకుంది. జుట్టును ఒక్క చేత్తో లాఘవంగా ఆమె అలా వెనక్కి తోసుకున్న తీరు ఆమెలోని నాజూకుతనానికి ప్రతీక అనిపించింది. అయోనిజ కూడా అలానే నాజూకుగా ఉంటుంది.

ఆ రోజు రాత్రంతా అతనికి నిద్ర పట్టలేదు. అయోనిజ జ్ఞాపకాలు సుళ్ళు తిరిగాయి. ఓ సారి అయోనిజ ఎడమచేయి పైకెత్తి కొప్పుకు పెట్టుకున్న క్లిప్ తీసింది. ఆమె చేసింది అదొక్కటే. ఉండ చుట్టిన జుట్టు జలపాతం కిందకు దూకినట్టు భుజాల మీద పడి కిందకు జారింది. అది వాడి మనసులో తీగల్ని మీటింది. వాడి ఒంటిని రెచ్చగొట్టింది. ఓ వేలితో జుట్టుని ఉంగరాలు తిప్పుతూ, చిన్ననవ్వు నవ్వుతూ కదలకుండా వాణ్ణే చూస్తూ నిల్చుంది. తరువాతి కదలిక అతనినుండి రావాలన్నట్టు చూస్తోంది. ఎక్కడ మొదలుపెట్టాలో వాడికి తెలియలేదు. విచ్చుకుంటున్న ఛాతీని ముందుకు తోస్తూ వెనక్కి ముడుచుకుపోతున్న ఆమె తెల్లని భుజాలను పట్టుకున్నాడు, మొదటి పేజీ చిరిగిపోయిన నవలను మొదలు పెట్టినట్టు. కరిగి కారిపోతున్న చాక్‌లెట్ వంటి పెదవులను చూశాడు. ఆ సాయంత్రం ముగిసేసరికి ఒకే ఒక ముద్దు మిగిలింది. దాన్నీ సరిసమానంగా పంచుకున్నారు.

తనుగా వచ్చి పరిచయం చేసుకున్న పక్కింటి ఆమె పేరు సుజాత. వాడికంటే ఒకటి రెండేళ్ళు పెద్దదై ఉంటుంది. ఆమె భర్త ఒక రోజు లెటర్ రాసిపెట్టి, అతనితో పనిచేసే అమ్మాయితో లేచిపోయి పక్క రాష్ట్రంలో కాపురం పెట్టుకున్నాడు. చాలా రోజులపాటు వస్తూ పోతూ అతని వస్తువులొక్కోటీ ఇక్కణ్ణుండి తీసుకెళ్ళిపోయాడు. సుజాతకి అది తెలియలేదు. ఒక్క రాత్రిలో ఆమె జీవితం అల్లకల్లోలం అయింది. ఆమె జీతంతోనే ఇంటి అద్దె, ఖర్చులూ అన్నీ సరిపెట్టుకోవాలి. పిల్లాడిని చూసుకోవాలి. ఈ వివరాలన్నీ తర్వాత ఆమె చెప్పగా తెలుసుకున్నాడు విమల్.

ఒకరోజు శ్మశానంలో నడిచి బయటకొస్తుంటే సుజాత శ్మశానం బయట విమల్ కోసం ఎదురుచూస్తూ నిల్చొని ఉంది. చేతిలో పిల్లవాడి చేయి. చక్కగా నవ్వుతూ,

కుశలం అడిగింది. ఆమె పళ్ళు తెల్లగా మెరుస్తున్నాయి. నిగనిగలాడే పొడవైన జుట్టుచక్కగా గాలికెగురుతోంది. ఆమె ముఖం నుండి చూపు మరల్చుకోలేకపోయాడు విమల్.

"నాకో సాయం కావాలి." విమల్‌కి ఆశ్చర్యం.

"సాయమా... నా దగ్గరా?" అన్నాడు.

ఇదివరకు ఆమె భర్త పొద్దునపూట బిడ్డ మిథున్‌ని డేకేర్‌లో విడిచిపెట్టి వెళ్ళేవాడు. ఆమె పనిచేసే ఫార్మసీ మరో దిక్కులో ఉండటంవల్ల, ఇప్పుడు పిల్లాణ్ణి డేకేర్‌లో తను దిగపెట్టి వెళ్తే గంట ఆలస్యం అవుతుంది.

"మీరు యూనివర్సిటీకి ఆ దారిలోనే వెళ్తారు కదా?నేను మరో ఏర్పాటు చేసుకునే వరకు మిథున్‌ని మీరు డేకేర్‌లో దిగపెట్టగలరా? సాయంత్రం నేను వచ్చేప్పుడు తీసుకొచ్చుకుంటాను."

విమల్ అసలు ఊహించలేదు. వెంటనే 'తప్పకుండా,' అని ఒప్పేసుకున్నాడు. ఆమెకు ఓసాయం చెయ్యగలుగుతున్నందుకు సంతోషంగా అనిపించింది. రెండేళ్ళ పిల్లవాడు మిథున్ అందరి పిల్లల్లా కాదు. చెప్పింది గమ్మున వింటాడు. అయితే, మాటలాడడు. వాడికి తెలిసింది మొత్తం రెండో మూడో మాటలే ఉంటాయన్నట్టు ఏం చెప్పినా 'మ్మ మ్మ మ్మ' అనే జవాబిస్తాడు.

సరిగ్గా 7:10కి మిథున్‌ని తీసుకొచ్చి విమల్ గదిలో విడిచిపెట్టి, సుజాత వెళ్ళిపోతుంది. మిథున్ ఆ గదిలో కూర్చుని టీవి చూస్తుంటే విమల్ రెడీ అవుతాడు. 7:25కు బయలుదేరితే డేకేర్‌కు 7:55కు చేరుకుంటారు.

అమెరికన్స్‌కి నచ్చని రోజు బేస్తవారం అని ఒక రిసర్చ్ చెప్తుంది. విమల్‌కీ ఆ రోజు నచ్చదు. ప్రాజెక్ట్ సమర్పించడానికి గడువు దాటిందని వాణ్ణి ప్రొఫెసర్ హెచ్చరించారు. ముందు రోజు రాతలూ, రిఫరెన్సులూ ముగించి పడుకునే సరికి రాత్రి రెండయింది.

పొద్దున సుజాత వచ్చి తలుపు తట్టినప్పుడు గానీ లేవలేదు. ఆమె మిథున్‌ని వదిలి వెళ్ళిపోయింది. విమల్ గబగబా రెడీ అయ్యి, ప్రాజెక్టుకు సంబంధించిన పేపర్లు, డ్రాయింగులు, పుస్తకాలు, లేప్‌టాప్ అన్నీ సర్దుకున్నాడు. బయట సన్నగా మంచు కురుస్తోంది. మిథున్ జాకెట్, చేతి గ్లౌసులు, స్కార్ఫ్ అన్నీ సరిగ్గా ఉన్నాయా అని చూశాడు. మిథున్ షూస్ తీసేసున్నాడు. తొడిగాడు. పిల్లాడి స్నాక్స్, నీళ్ళ సీసా, సంచి అన్నీ అందుకున్నాడు.

గరాజ్ షటర్ తీసి కారు బయటకు తీశాడు. వాడు బయలుదేరిన సమయానికి మంచుపోత కొంచం పెరిగింది. యూనివర్సిటీని ఆనుకుని పారే ఛాల్స్ నది గడ్డకట్టుకుపోయింది. వాడితో చదివే స్నేహితుడొకడు, 'నేను వేసవిలో 22 మైళ్ళదూరం ఆ నదిలో బోట్ నడుపుతాననీ, చలికాలంలో అదే 22 మైళ్ళ దూరాన్ని గడ్డకట్టిన నది మీద సైకిల్ తొక్కుతూ చేరుకుంటాను' అని చెప్పాడు. ఈ విషయం అయోనిజకు రాస్తే... ఆమె ఏం చెప్తుంది? ముందుగా నేనసలు నమ్మను అని కళ్ళు ఎగరేస్తుంది. శ్మశానాన్ని దాటేప్పుడు వేళ్ళు చప్పరించకుంటే దయ్యం పట్టుకుంటుందని నమ్మే వ్యక్తి ఈ విషయం ఎందుకు నమ్మదు? అయోనిజ విమల్‌ని ద్వేషించలేదు, వద్దనుకోలేదు. ఆమె ప్రేమను వీడే వద్దనుకున్నాడు. ఆమె సుఖపడాలని, ఆమె మంచికోరి బ్రేకప్ చేసుకున్నాడు. వాళ్ళింటిలో ఆమెకు కలిగిన సంబంధం చూశారు. పెద్ద ఉద్యోగంలో ఉన్న అబ్బాయి. అలాంటి జీవితాన్ని అయోనిజకు ఇవ్వడం విమల్ వల్లఎప్పటికీ కాదు.

రోడ్డు మీద కార్లు మెల్లగా పాకుతూ వెళ్తున్నాయి. వీడు కూడా ప్రాజెక్టు గురించి ఆలోచిస్తూ డేకేర్ చేరుకున్నాడు. కాస్త ఊపిరి పీల్చుకున్నాడు. ఆడేకేర్‌లో ఎలాగంటే పిల్లల్ని మనం కార్నుండి దించనక్కర్లేదు. కార్ నడుపుతూ ఒకదాని వెనుక తమ టర్న్ వచ్చేవరకు ఆగాలి. టీచర్లే వచ్చి కార్ తలుపు తీసి, సీట్ బెల్ట్ విప్పి పిల్లల్ని, సరంజామానూ తీసుకుని వెళ్తారు.

విమల్ వంతు రాగానే సెంట్రల్ లాకింగ్ బటన్ నొక్కాడు. మంచుకు లెదర్ జాకెట్, స్కార్ఫ్ కట్టుకుని ఉన్న టీచర్ చేయూపి విమల్‌కు విష్ చేసి కారు తలుపు తీసింది. తీసిన మనిషి ఆశ్చర్యపోతూ నిల్చుని ఉండటం చూసిన విమల్ ఏంటన్నట్టు వెనక సీటుకేసి చూసి నివ్వెరబోయాడు. ఒళ్ళు చల్లబడిపోయింది. కంగారుపడుతూ దిగి వెనక్కు వెళ్ళి వెతికాడు. కారు కింద వంగి చూశాడు. బూట్స్ తెరచి చూశాడు. వాడికి నోట మాట రావట్లేదు. టీచర్ వాడిని ఆశ్చర్యంగా చూసింది. ఏం మాట్లాడకుండా గబగబా కారెక్కి ఇంటి వైపుకు తిప్పాడు.

విమల్‌కు చేతులు కాళ్ళు వణకసాగాయి. మిథున్ సంచి, స్నాక్స్, నీళ్ళ సీసా అన్నీ కారులోనే ఉన్నాయి. విమల్ లేప్‌టాప్, పుస్తకాల సంచీ, ఫైళ్ళు అవన్నీ కూడా ఉన్నాయి. అయితే మిథున్ మాత్రం లేడు. ఏం జరిగింది? బిడ్డ ఎలా తప్పిపోయాడు? అన్నది వాడి బుర్రకు అందలేదు. బయలుదేరే తొందరలో బిడ్డను కారులో ఎక్కించడం మరిచిపోయాడా? వాడికి నమ్మబుద్ధి కాలేదు. కార్ గరాజ్ తలుపు మళ్ళీ బిగించాడా లేదా అన్నది కూడా గుర్తుకురావటం లేదు. ఒకవేళ పిల్లాడు నడుచుకుంటూ వెళ్ళి దారితప్పిపోయి మంచులో గడ్డ కట్టుకుపోతే? లేక మంచులో రోడ్డుమీద వెళ్ళే ఏ

వాహనమైనా వాడిని గుద్దేస్తే... ఇలా వాడి ఆలోచనలు పలుపలువిధాలుగా సాగుతున్నాయి. గుండె వేగంగా కొట్టుకుంటోంది. మనసు తపించిపోతూ ఉంది. కళ్ళలో నీళ్ళు తిరిగాయి.

అప్పటికే మంచు రెండు అంగుళాలు కురిసింది. కారు నడపడం ప్రయాసలా అయిపోతోంది. వైపర్ ఆగిపోయింది. బయటకు వంగి చేత్తో విండ్‌షీల్డ్ తుడుచుకుంటూ నడపసాగేడు. పోలీసు కార్ ఒకటి సైరన్ మోతతో వాడిని దాటుకుని వెళ్ళింది. ఇంటివైపుకెళ్ళే రోడ్డు రాగానే కారు వేగాన్ని తగ్గించుకుని అతి జాగ్రత్తగా నడిపాడు. మిథున్ ఒకవేళ వీధుల్లో తిరుగుతూ ఉండచ్చు అనుకున్నాడు. గుండె ఇంకా వేగంగా కొట్టుకుంటోంది. రోడ్డు పక్కనున్న పాండ్ కూడా గడ్డకట్టుకు పోయివుంది.

అప్పుడనగా తన సెల్ ఫోను మోగింది. చూశాడు... ఫోన్ చేసింది సుజాతే. వాడు ఫోన్ తియ్యలేదు. తీస్తే ఏం చెప్పాలి? మామూలుగా మిథున్‌ని డేకేర్‌లో దిగపెట్టాక సుజాతకి ఫోన్ చేసి విషయం చెప్పడం అలవాటు. అయితే ఈరోజు వాడు ఆమెకు ఫోన్ చెయ్యలేదు. అందుకే ఆమె ఫోన్ చేస్తుంది అనుకున్నాడు. మరో ఆలోచన కూడా వచ్చింది. ఒకవేళ డేకేర్ వాళ్ళు సుజాతకి ఫోన్ చేశారా? మిథున్ కార్లో లేడన్న విషయం ఎవరైనా ఆమెకు చెప్పారా? ఇప్పుడు వాడికి వణుకు, గుండెదడ పెరిగాయి. గుండె పగిలిపోతుందా అనేంతలా కొట్టుకుంటోంది, ఛాతీపై కనపడేంతగా.

ఇల్లు చేరగానే గరాజ్ బటన్ నొక్కి షటర్ తీశాడు. ఏడుపులు, అరుపులతో మిథున్ పరుగుతీస్తూ బయటికొస్తాడని ఎదురుచూశాడు విమల్. ఎలాంటి చప్పుడూ లేదు. గాభరాగా అటూ ఇటూ వెతికాడు. ఓ మూలన మాసిన బేస్కెట్ బట్టలు చుట్టుకుని ముడుచుకుపోయి స్పృహ తప్పిపోయిన స్థితిలో మిథున్ పడున్నాడు. చేతి గ్లౌజులు, స్కార్ఫ్, జాకెట్ అన్నీ అలానే ఉన్నాయి. అయినప్పటికీ చలిలో గడ్డకట్టుకుని నీలిగిపోయివుంది పిల్లాడి దేహం. పిల్లాణ్ణి జవురుకుని హత్తుకున్నాడు. మిథున్ తల వాలిపోయింది. గదిలోకి తీసుకొచ్చి రూమ్ వార్మర్ ఆన్ చేసి, రగ్గులో చుట్టి పరుపు మీద పడుకోపెట్టాడు.

కొన్ని నిముషాల్లో పిల్లాడు కళ్ళు తెరిచాడు. పాలు కాచి గ్లాసులో పోసి వెచ్చగా తాగడానికి వాడి చేతికిచ్చాడు. పిల్లాడికి తాగడం చేతకాలేదు. ముక్కునీ, ముఖంలో సగాన్నీ గ్లాసులో దూర్చి వాడివల్ల అయినంత తాగాడు. తర్వాత విమల్‌ని చూసి ప్రేమగా నవ్వాడు. విమల్ మనసుని ఆ నవ్వు కదిలించింది. ఇన్ని రోజుల్లో వాడిని చూసి మిథున్ ఎప్పుడూ నవ్వలేదు. ఇదే తొలిసారి! ఆలస్యంగా డేకేర్‌లో దిగబెట్టి యూనివర్సిటీకి వెళ్ళిపోయాడు. జరిగినవేవీ సుజాతకు చెప్పలేదు.

మరుసటి రోజు ఎప్పటికంటే కాస్త తొందరగానే లేచి తయారైపోయాడు. సుజాత వస్తే ఏమడుగుతుంది? ఏం సమాధానం చెప్పాలి? ఎలా చెప్పాలి అని ఆలోచించి పెట్టుకున్నాడు. ఆ చలికి పిల్లవాడి ప్రాణం పోయుంటే, తనేం చేసుండేవాడు? తను హంతకుడు అయ్యుండేవాడు. మనసులో కలుక్కుమంది. అన్ని వస్తువులూ కారులో పెట్టి పిల్లవాణ్ణి కారులో ఎక్కించడం మరిచిపోయాడు. ఆమె ముఖం ఇక ఎలా చూడాలి? ఎన్నిరకాలుగా ఆలోచించినా, మనసుని సర్దిచెప్పుకున్నా వాడు చేసింది క్షమించరాని నేరం.

తలుపు తట్టిన సుజాత సంతోషంగా నవ్వుకుంటూ, తాళ్ళ వంతెన మీద నడుస్తున్నట్టు ఊగుతూ లోపలికొచ్చింది. ఎప్పుడూ లేనివిధంగా ఆమె సన్నటి చీర కట్టుకునుంది. దాని మీద స్వెట్టర్ తొడుక్కుని, బటన్స్ వేసుకోలేదు. మిథున్ పరుగెత్తుకుంటూ వచ్చి విమల్ కాళ్ళను చుట్టుకున్నాడు. సుజాత చేతిలో వెండిగిన్నె. ఘుమఘుమలాడే తీయటి వాసన. ఆ రోజు ఆమె మెరిసే బుగ్గలతో, సంతోషం తొణుకుతున్న ముఖంతో, సన్నగా పొడుగైన నడుముతో మరింత అందంగా ఉంది. అది బయటి అందం మాత్రమే కాదు. లోలోపల నుండి కూడా ప్రసరిస్తున్న అందం. వెండి గిన్నెను అతని ముందు చాచినపుడు క్లింగ్ క్లింగ్ మంటూ ఆమె చేతి గాజులు ముందుకు జరిగాయి.

ఆమె ముఖంకేసి చూడలేక, మంచం మీద కూర్చుని షూస్ తొడుక్కున్నాడు. తర్వాత, అవి రెండూ ఒకే సైజా కాదా అని పరీక్షించేవాడిలా కళ్ళు పైకెత్తకుండా చూశాడు. ఆమె చేతులతో అతని చుబుకం పట్టి తల పైకెత్తి "ఏంటి?" అంది. ఆమెకేసి చూసినప్పుడు గుండెలో చివుక్కుమంది. ఎలాగైనా తాను చేసిన పిచ్చి పనిని చెప్పేయాలని నిర్ణయించుకున్నాడు. అంత దగ్గరగా ఉన్న ఆమె ఒంటి పరిమళం అతన్ని ఉక్కిరిబిక్కిరి చేసింది.

"ఈ రోజు నా పుట్టిన రోజు. నాకోసం నేనే కేరట్ హల్వా వండుకున్నాను. ఇంత పెద్ద అమెరికాలో నాతోబాటు దీన్ని తినడానికి ఒక్కరూ లేరు!" అంది.

చందమామలా ఉన్న ఆమె ముఖం ఓ క్షణం నల్లబోయింది.

విమల్ పుట్టినరోజు శుభాకాంక్షలు చెప్పాడు.

సుజాత వాడిని తదేకంగా చూస్తూ నిలబడింది. విమల్ స్పూన్‌తో హల్వా తీసి నోటిలో వేసుకుని "మీరింత రుచిగా వండుతారా!" అని కళ్ళు మూసుకుని మరీ ఆస్వాదించాడు ఆ హల్వాను.

ఆ మాటలు ఆమెకు మరింత సంతోషాన్ని కలిగించాయి. వాడు చెప్పాలనుకున్నది చెప్పలేకపోయాడు.

సుజాత వెళ్ళిపోయాక మిథున్‌ని ఎత్తుకుని వెళ్ళి కార్ సీట్లో కూర్చోబెట్టి సీట్ బెల్ట్ బిగించాడు.

"ఏంట్రా... నేను నిన్న చేసిన పిచ్చి పనిని నువ్వు మీ అమ్మకు చెప్పలేదు?" అని కార్ నడుపుతూ అడిగాడు. మిథున్ దగ్గర్నుండి ఎటువంటి జవాబూ రాలేదు. విమల్ సీటుకు సరిగ్గా వెనకన పిల్లాడి సీటు ఉండటం వలన పిల్లాడిని చూడలేకపోయాడు. డేకేర్‌లో ఎవరూ కూడా సుజాతకి నిన్న జరిగిన సంఘటన గురించి చెప్పలేదు. కానీ విమల్ చెప్పుండాలి కదా? చెప్పకుండా ఉండటం తప్పుకదా? విమల్ మనసు పశ్చాత్తాపంతో నలిగిపోతోంది.

"ఏంట్రా మిథున్, నువ్వు, నువ్వేమంటావ్?" అనడిగాడు.

వాడు "మ్మ్ మ్మ్" అని మాత్రమే బదులిచ్చాడు.

ఇదంతా జరిగి దాదాపు ఎనిమిదేళ్ళు దాటిపోయాయి. ఇన్ని ఏళ్ళయినా సుజాతను ఒక క్షణమైనా మరిచిపోలేదు విమల్. ఎన్నోసార్లు ఆమెకు ఆ సంఘటన గురించి చెప్పాలనుకున్నాడు. కానీ, నవ్వుతూ కనిపించే ఆమె ముఖం చూసి ధైర్యం చెయ్యలేకపోయేవాడు.

ఆ రోజు మిథున్ పుట్టిన రోజు. శ్మశానం వైపు చూస్తూ ఆ ఇంటి వైపు నడుస్తున్నాడు విమల్. సుజాత, మిథున్ ఇంకా ఆ ఇంటిలోనే ఉన్నారు. విమల్ సొంతంగా పెద్ద ఇల్లు కొనుక్కుని వెళ్ళిపోయినా ప్రతి పుట్టినరోజుకూ తప్పక వస్తూనే ఉన్నాడు. బాస్టన్‌లో ఓ పెద్ద ఐటీ కంపెనీలో చేరి చాలా త్వరగా ఎదిగిపెద్ద పదవిలో ఉన్నాడిప్పుడు.

అప్పట్లో చదివిన సమాధి వాక్యం మళ్ళీ ఇప్పుడు గుర్తొచ్చింది. 'ఓ ప్రభూ, నేను ఈ భారం మోయలేకున్నాను!' ఇప్పుడు ఆ వాక్యం అర్థం అవుతున్నట్టనిపించింది.

విమల్ ఆ ఇంటిలోకి అడుగుపెట్టినప్పుడు, ఇల్లు ఎనిమిదేళ్ళ క్రితం ఎలా ఉండేదో ఈ ఏడూ అలానే ఉంది. ఏ వస్తువూ మారలేదు. అదే పాత టి.వి. కార్పెట్ చిరిగిపోయి, దారాలు తేలిపోతూ అవసాన దశకు చేరుకుంటోంది. ఆకుపచ్చని కర్టెన్‌లు రంగుని పోగొట్టుకుని వెలిసిపోయున్నాయి. దారిద్ర్యరేఖకి కిందకు జారిపోకుండా ఉండటానికి సుజాత అష్టకష్టాలూ పడుతోందన్నది గ్రహించిన విమల్ మనసు బాధపడింది.

సుజాత వంటగదిలో ఉన్నట్టు తెలిసింది. మనసు తపించింది. అలల్లా ఎగిరేజుట్టు ముందుకేసుకున్న సుజాత తనవైపుకు నడిచొచ్చింది. అదే పొడవైన నడుము. ఆమె నవ్వినపుడు త్రికోణంలా బుగ్గల్లో ఎముకలు కనిపించాయి. ఉన్నట్టుండి ఊపిరితిత్తులను నింపేంత గాలి కూడా ఆ గదిలో లేదనిపించింది. మిథున్ పరుగున వచ్చి విమల్‌ని వాటేసుకున్నాడు. పదేళ్ళ పిల్లవాడి భుజాలను వాత్సల్యంతో తడుముతూ కుదుపుతూ దగ్గరకు హత్తుకుని పుట్టినరోజు శుభాకాంక్షలు చెప్పాడు. తను తెచ్చిన గిఫ్ట్ వాడి చేతికిచ్చాడు. విప్పి చూసి 'ఐ-ప్యాడ్!' అని గట్టిగా కేక వేశాడు. 'నాకేనా?' అని అడిగి తాళలేని సంతోషంతో డాన్స్ చేశాడు. గబగబా తల్లికి చూపించి, ఫ్రెండ్స్‌కి చెప్పడానికి బయటకు పరుగుతీశాడు.

సుజాత కాఫీ పట్టుకొచ్చింది. వాడి వేళ్ళు కప్పుని పట్టుకున్నాయని నిశ్చయించుకున్నాక, తన వేళ్ళు కాలిపోతున్నాయన్న భావనతో చేయి వెనక్కితీసుకుంది. సగం కాఫీ తాగాక కప్పుని గమనించి చూసి ఓ క్షణం తడబడ్డాడు. ఆ కప్పు మీద ఓ ఫోటో ప్రింట్ వుంది. సుజాత, ఆమె భర్త, అప్పుడే పుట్టిన వాళ్ళ పిల్లవాడు మిథున్ ఉన్నారా ఫోటోలో. కప్పుని గభాలున టేబుల్ మీద పెట్టాడు. ఆమె భర్తను చూడటానికి అసహ్యమేసింది. వాడు మాటలాడటానికి ఇలాంటొక సమయం కోసమే ఎదురుచూస్తున్నపుడు, ఉన్నట్టుండి సుజాత, "మీరు గిఫ్టులివ్వడం ఇదే చివరిసారిగా ఉండనివ్వండి. మిథున్ ఎక్స్‌పెక్టేషన్‌ని పెంచకూడదు," అంది.

"ఏంటి అలా అంటారు? నేను గిఫ్ట్ ఇవ్వడంలో మీకేంటి ఇబ్బంది? సంవత్సరానికి ఒక్కసారేగా నేను వాడిని చూస్తున్నాను?" అనడిగాడు.

"నేను కష్టాల్లో ఉన్నప్పుడు చాలానే చేశారు. మీరు చేసిన సాయం నేనెన్నటికీ మరిచిపోలేను. మీకు ప్రతిఫలంగా నేనేం చెయ్యగలను? మీరు ఇదివరకు చేసిందేచాలు." అంది.

ఆమె గొంతులో ధ్వనిస్తున్న పరాయితనం కొత్తగా అనిపించింది. ఇలాంటి మాటలు ఆమెనోట వస్తాయని వాడు అనుకోలేదు. ఎన్ని రాత్రులు నిద్రలో 'మిథున్... మిథున్' అని ఉలిక్కిపడి లేచుంటాడు తను?

"మీరేం మాట్లాడుతున్నారు? ఈ ఒక్కరోజు కోసమే నేను సంవత్సరంలో 364 రోజులూ కాచుకుని చూస్తుంటాను. నాకు సాయంచేసిన వారికి ఎవ్వరికీ నేను తిరిగి ఉపకారం చెయ్యలేదు. ఒన్‌వేలో ఆపోసిట్ డైరెక్షన్లో పరుగెడుతున్నాను. చేసిన ద్రోహానికి పశ్చాత్తాపపడుతూ రోజుల్ని గడుపుతున్నాను. ఏ ప్రాయశ్చిత్తం చేసినా నా

భారాన్ని దించుకోడం వీలుకాదు. అంత భారం పెరిగిపోయింది. ఇదొక్కటేనా మనసుకు ఊరటనిచ్చేది."

వాడు భావావేశానికి లోనై ఇలా మాటలాడటం ఆమె మునుపెప్పుడూ ఎరగదు. వాడి కళ్ళు చెమ్మగిల్లాయి. గొంతు వణికింది. గూగుల్‌లో వాడి పేరు వెతికితే క్షణాల్లో వాడి అచీవ్‌మెంట్స్ పేజీలకొద్దీ వస్తాయి. ఎన్నో దేశాల్లో ఎన్నో టీమ్స్, ఎందరో అధికారులను గైడ్ చేసేవాడు తలవంచుకుని కళ్ళ నీళ్ళతో తన ముందు నిల్చుని ఉండటాన్ని ఆశ్చర్యచకితురాలై చూస్తూ ఉండిపోయింది.

"మీరెంతో పెద్ద పదవిలో ఉన్నారు. ఏంటిది చిన్న పిల్లాడిలా?" అని అంది.

"ఇంతకాలంగా మీ విలువ తెలియలేదు నాకు. అమెరికన్ పెన్నీ విలువ ఒక సెంటు. దాన్ని కరిగిస్తే రెండు సెంట్లు. మీరు అమెరికన్ పెన్నీ!" అన్నాడు.

ఆమెకు అర్థం కాక, "మీరేం చెప్తున్నారూ?" అని అడిగింది.

"మిథున్‌ని చూసుకునే బాధ్యత ఇకపై నాది. ఈరోజూ నిన్నా అనుకుని ఈ నిర్ణయం తీసుకోలేదు నేను. ఎన్నో నెలలుగా దీని గురించే ఆలోచిస్తున్నాను. మిమ్మల్ని నా జీవిత కాలం మరిచిపోలేను. కాబట్టి నా జీవితాన్ని మీతోనే గడపాలనుకుంటున్నాను. మీకు సమ్మతమేనా?" అని అడిగాడు.

వినగానే విభ్రాంతి చెంది మాటరాక ఉండిపోయింది. మెల్లగా ఆమె పెదవులు కదిలినపుడు, ఆమె ఏదో చెప్తోందన్నది గ్రహించాడు. ఆమె జవాబు కిందున్న వాటిల్లో ఒకటి అయుంటుందనుకున్నాడు.

1) అవును.
2) లేదు.
3) మీకు పిచ్చిగానీ పట్టిందా?
4) కాస్త సమయం కావాలి.
5) మిథున్‌కి సమ్మతమైతే నాకు సమ్మతమే.

అయితే, ఆమె జవాబు పైన ఉన్నవాటిల్లో ఏదీ కాదు.

[మూలం:బారం, www.amuttu.net]

86 ❖ ఐదు కాళ్ళ మనిషి

ఐదు కాళ్ళ మనిషి

ఆ

సూపర్ మార్కెట్ బయటున్న ఆ విశాల ప్రదేశంలో ఉన్న బెంచీల్లో ఒకదానిమీద ఓ చివర కూర్చుని ఉన్నాను. ఇంతలో జానిటర్ యూనిఫామ్ వేసుకున్న ఒకామె వచ్చి ఆ బెంచీమీదే మరో చివర నిస్త్రాణగా కూలబడింది. ఆమె కూర్చున్న తీరుకు చేతిలో ఉన్న డిస్పోజబుల్ కప్పులోని కాఫీ కాస్త తొణికి వుంటుంది. ఆమె అక్కడ ఒక హౌస్ కీపరని, చేస్తూవున్న పనిని పక్కన పెట్టేసి వచ్చిందనీ చూడగానే చెప్పేయొచ్చు. వయసు యాభైకి పైనే ఉంటుంది. నల్లని జుట్టు, నీలిరంగు కళ్ళు, తెల్లటి మేనిఛాయ. తూరుపు ఐరోపాకి చెందిన మనిషిలా వుంది. బహుశా రష్యా దేశస్తురాలయితుందనుకున్నాను.

చప్పుడు చెయ్యకుండా కాఫీ తాగుతూ దీర్ఘాలోచనలో మునిగిపోయింది. ఆమెకేసి చూశాను. ఆమె కళ్ళల్లో కనిపించినలాంటి విషాదాన్ని నేనింతకుముందు ఎవరి దగ్గరా చూడలేదు. ఆ విషాదమే నన్ను ఆమెతో మాట్లాడేలా చేసింది.

"ఈరోజు పనంతా అయిపోయిందా?" అడిగాను మాటలు కలపాలని.

"లేదు. సగమే అయింది. ఇంకా సగం పనుంది. కాఫీ బ్రేక్లో దొరికే ఈ కాస్త విశ్రాంతి స్వర్గంలో ఉన్నట్టు అనిపిస్తుంది నాకు."

ఆమె అలంకరణ, మాటలు, నడిచి వచ్చిన తీరు, ఆంగ్ల ఉచ్చారణ వీటిని బట్టి చూస్తే ఆమె చాలాకాలంగా టొరాంటోలో ఉంటోందని తెలిసిపోతోంది. అయితే ఈ హౌస్కీపింగ్ లాంటి పనులు కొత్తగా వలస వచ్చినవాళ్ళు, శరణార్థి అర్జీ పెట్టుకున్న వాళ్ళు మాత్రమే చేస్తుంటారు. దీర్ఘకాలంగా ఇక్కడ నివసిస్తున్న వాళ్ళు వీలైనంత తొందరగా మరో ఉద్యోగం చూసుకుని వెళ్ళిపోతుంటారు. అందుకే ఈమె ఇంకా ఈ

క్లీనింగ్ పనిలోనే ఉండటం నాకు ఆశ్చర్యం కలిగించింది.

“మీరు కెనడాకి ఎప్పుడు వచ్చారు?” అని అడిగాను.

ఆమె గ్రీస్ దేశస్తురాలట. తనకు పదమూడేళ్ళ వయసప్పుడు ఇక్కడికి ఒంటరిగా వచ్చిందట. ఆమెకు వాళ్ళ నాన్న, హెూమర్ ఇతిహాసంలో వచ్చే అందగత్తె హెలెన్ పేరు పెట్టాడట. ఆమె పుట్టినప్పుడు హెలెన్ అంత అందంగా ఉన్నాదట. ఆ ఇతిహాసంలో హెలెన్‌ని పేరిస్ అనే వీరుడు సముద్రం దాటొచ్చి తీసుకెళ్తాడు. హెలెన్ పేరు గల ఈమె కూడా అలా సముద్రాలు దాటించబడింది. ఇక ఆమె గొంతులోనే మిగతా కథ అంతా వినండి.

“మా ఇంటిలో మేం ఏడుగురు పిల్లలం. నేను ఆరోదాన్ని. మా నాన్నకి ఒక కాలు లేదు. ఆయన ఒక రౌతు. ఆయనెప్పుడూ గుర్రం ఎక్కే ఉండేవాడు. పడుకునే సమయంలో తప్ప మిగిలిన సమయమంతా నాన్న గుర్రం మీదే ఉండేవాడు. మా ఊరిలో అందరూ ఆయన్ని ‘ఐదు కాళ్ళ మనిషి’ అనేవాళ్ళు. ఆయన ఉద్యోగం దొరల్ని వేటకు తీసుకెళ్ళడం. మా నాన్న కూడా మంచి వేటగాడు. తుపాకి ఎక్కుపెడితే గురి తప్పేది కాదు. ఎక్కడ, ఎప్పుడు ఏ పక్షులు దొరుకుతాయి, ఏ జంతువులు ఏ చోట ఎప్పుడెప్పుడు తిరుగుతాయి అన్నవి ఆయనకి బాగా తెలుసు. కాబట్టి నాన్న కోసమని దొరలు వచ్చేవారు.

వేట ఎంత ఎక్కువ దొరికితే నాన్నకు అంత ఎక్కువ డబ్బులొచ్చేవి. అయితే రానురానూ దొరలకి వేట మీద ఆసక్తి పోయింది. నేను పుట్టేసరికే వేట సంప్రదాయం ఇంచుమించుగా మాయమయిపోయింది. మెల్లమెల్లగా రాబడి తగ్గిపోయింది. నాన్నకి వేరే పని చేతకాదు. ఆయనే కొందర్ని జట్టు చేసుకుని వేటకు వెళ్ళేవాడు అప్పుడప్పుడూ. నాకు పదకొండేళ్ళు వచ్చేసరికి రాబడి పూర్తిగా తగ్గిపోయింది. ఇంటిలో తరచూ మేము పస్తులుండాల్సి వచ్చేది. సంసారాన్ని లాక్కురావడం నాన్నకు ఒక ప్రయాసగా మారిపోయింది.

నాకు చిన్నప్పటి నుంచీ చదువు బాగా అబ్బేది. బాగా చదువుకోవాలని నా కోరిక. గ్రీకు పురాణాలు, కావ్యాలు చదవడం, వినడం నాకు భలే ఇష్టంగా ఉండేవి. ప్రాచీన గ్రీకు భాషను చదవాలనే నా అపేక్షని ఆపుకోలేకపోయేదాన్ని. సమకాలీన గ్రీకు వేరు, ప్రాచీన గ్రీకు వేరు. అక్షరాలు ఒకటే అయినప్పటికీ ఉచ్చారణ వేరు. అర్థం వేరు. ఇప్పటికీ ప్రాచీన సాహిత్యాన్ని చదవగలను, అయితే అన్నీ పూర్తిగా అర్థంకావు.

మా పిన్ని ఎప్పణ్ణుంచో కెనడాలో స్థిరపడింది. డబ్బు ఇబ్బంది ఏమీలేని కుటుంబం. అందుకని ఆమె నన్ను కెనడా పిలిపించుకుంది. అంత పేదరికంలో కూడా మా అమ్మని విడిచి వెళ్ళాలంటే నాకు చాలా బాధ కలిగింది. వెళ్లనన్నాను. కెనడాలో ఏది చదవాలనుకుంటే అది చదువుకోవచ్చు అని పిన్ని ఆశ పెట్టింది. నేను ఎగిరి గంతులేశాను. నాన్న ఆపుకోలేని ఆనందంతో నేను చదువుకోడానికి కెనడాకు వెళ్తున్నానని ఊరంతా నాలుగుసార్లు గుర్రమ్మీద వెళ్ళి చాటించి వచ్చాడు.

1969 డిసెంబర్ నెల చలిలో మాంట్రియాల్ వచ్చి చేరాను. మా పిన్నికి ఇద్దరు పిల్లలు. నేను వచ్చిన రోజు మాత్రమే నన్ను వాళ్ళ గదిలో పడుకోనిచ్చింది. వాళ్ళు మంచం మీద నేను నేల మీద. నేను పనిమనిషిగా ఇక్కడికి వచ్చానని మరుసటి రోజుకే నాకు అర్థమయింది.

మా గ్రీకు పురాణాలలో ఒక కథ ఉంది. ట్రాయ్ రాజు తన నగరం చుట్టూ పెద్దగోడలు కట్టేందుకు పూనుకుంటాడు. అందుకని మహావీరుడయిన అపోలోని, సముద్ర దేవుడయిన పొసైడన్‌ని పర్యవేక్షణకు నియమిస్తాడు. గోడ కట్టడం పూర్తికాగానే వారికి తగినంత జీతం ఇస్తానని మాటిస్తాడు. అయితే గోడ కట్టడం పూర్తి చేశాక వాళ్ళకి డబ్బులేమీ ఇవ్వకుండా ఎగ్గొడతాడు. గ్రీకు సాహిత్యంలోనే ఇతనికంటే మోసగాడు మరొకడు లేడు. మా పిన్ని కూడా ఆ రాజు లాంటిదే. చిన్నపిల్లనయిన నన్ను కావాలని మరీ మోసం చేసింది. పొద్దున్నే ఆమె ఉద్యోగానికి వెళ్ళిపోతుంది. నేను ఆ ఇద్దరు పిల్లల్ని చూసుకుంటూ వంట చెయ్యాలి, బట్టలు ఉతకాలి, ఇల్లు శుభ్రం చెయ్యాలి. బడికి వెళతానని నేను అడిగితే, చలికాలం పోనివ్వు చూద్దాం అంది. చలికాలం గడిచాక అడిగితే, సెప్టెంబర్లో మాత్రమే బడిలో చేర్చుకుంటారు అంది. ఇలా రకరకాల సాకులు చెప్పి చివరివరకూ ఆమె నన్ను బడిలో చేర్చలేదు.

నేను మా ఇంటికి రాసే ఉత్తరాల్ని చదివి చించేసి మళ్ళీ రాయమని చెప్పేది. ఆమెకు నచ్చినట్టుగా రాయించి, ఆమే స్వయంగా దాన్ని కవర్లో పెట్టి స్టాంపు అంటించి పోస్టు చేసేది. ఆ నాలుగు గోడల మధ్యన నాకు తెలిసేదల్లా ఉదయం, మధ్యాహ్నం, రాత్రి. అంతే! నన్ను బయటకెక్కడికీ తీసుకెళ్ళరు. నాకు ఫ్రెంచ్ భాష కూడా రాదు. మొత్తానికి నేనొక బానిస బతుకు బతికాను. అయితే మానాన్న మాత్రం నేనేదో పెద్ద పెద్ద పైచదువులు చదివేస్తున్నానన్న ఆనందంలో మునిగితేలుతున్నాడని ఆయన రాసే ఉత్తరాల వల్ల తెలిసేది. మా పిన్ని ఉత్తరాల్లో ఇంకా ఏం రాసేదో మరి! నాన్న జాబుల్లో 'ఇలాగే వచ్చే పరీక్షల్లో కూడా కూడామంచి స్థానం సంపాయించుకో, బాగా చదువుకో' అని రాసేవాడు.

పిన్నికి మరో బిడ్డ పుట్టింది. నా ఒక్కదానికే తెలిసిన రహస్యంలా నా పుట్టినరోజులు కొన్ని వచ్చి వెళ్ళిపోయాయి. నాకోసం ఎవరూ పుట్టినరోజులు జరపలేదు. కేక్ కోయలేదు. కేండిల్స్ వెలిగించి పాటలూ పాడలేదు. ఒకరోజు రాత్రి అందరూ నిద్రపోయాక అద్దం ముందు నిల్చుని చూసుకున్నాను. నా శరీరంలో మార్పులు చూసి నాకు ఆశ్చర్యం వేసింది. నన్ను నేను చూసుకొని మురిసిపోతూ చాలాసేపు నిల్చుని ఉండిపోయాను, ఆ రోజు సాయంత్రం పిన్ని కొట్టిన చెంపదెబ్బ తాలూకు గుర్తు కనిపిస్తూనే ఉన్నా పట్టించుకోకుండా. పరుపు శుభ్రం చేశాక, సగం పరిచి ఇంకో సగాన్ని పరవటం మరచిపోయి చుట్టినట్టే వదిలేసిన నేరానికిగాను నాకు ఆమె ఇచ్చిన శిక్ష అది. ఎందుకోగాని నామీద నాకు జాలివేసింది.

పిన్ని దగ్గర క్రిస్టల్‌తో చేయబడిన ఏడు రెక్కలున్న కొవ్వొత్తి స్టాండ్ ఒకటి ఉండేది. అదంటే ఆమెకు అపురూపం. దాన్ని తుడిచిపెడుతుంటే చెయ్యి జారికిందపడి ముక్కలయింది. పిన్ని ఎక్కడ ఉండి విన్నదోగాని మరుక్షణం 'విరగ్గొట్టేశావా?' అని చేయి పైకెత్తి అరుస్తూ నా ముందుకొచ్చి నిలబడింది. ఆరోజు నాకేం అనిపించిందో ఇప్పటికీ అర్థం కాదు. అప్పటికి నాకు పద్దెనిమిదేళ్ళు. చేతులను నడుంమీద పెట్టుకుని ఆమెను నేరుగా చూసి 'అవును విరగ్గొట్టాను. అయితే ఏంటట?' అన్నాను. ఆమె అలా విస్తుపోయి చూస్తూనిల్చుంది. తొలిసారిగా ఆమె ముఖంలో ఒకరకమయిన భయాన్ని చూశాను. మెల్లగా వెనక్కి జరిగింది. అక్కడే నేలమీద పాకుతున్న పసిపిల్లని గభాల్న ఎత్తి చంకనేసుకుని అక్కణ్ణుంచి వెళ్ళిపోయింది.

ఆ విరిగిన గాజుపెంకులను నేను ఊడవలేదు. అలానే వదిలేసి వూరుకున్నాను. ఆరాత్రి పడుకుంటే నిద్ర పట్టలేదు. ఇక ఎప్పటికీ తెల్లవారదేమో అనిపించింది. మరుసటిరోజు తెల్లవారకముందే బస్సుకు కావలసినంత డబ్బు దొంగతనం చేసి టొరాంటోవెళ్ళే బస్ ఎక్కాను.

టొరాంటోలో అలా ఒక చలికాలపు ఆఖరిరోజున దిగాను. హాయిగా నీరెండ. నీలంగా ఆకాశం. అప్పుడే పచ్చగా చిగురిస్తున్న చెట్లు చూసి ఎంతో సంతోషంగా అనిపించింది నా మనసుకు. జీవితం అంటే మళ్ళీ ఆశ పుట్టింది. త్వరలోనే ఓ ఫ్యాక్టరీలో బట్టలకు గుండీలు కుట్టే పని దొరికింది. చాలా స్వేచ్ఛగా అనిపించింది. అక్కడ పనిచేస్తున్న ఒకతన్ని పెళ్ళి చేసుకున్నాను. ఒక కొడుకు పుట్టాడు. అంతా హాయిగా సాగిపోతున్న రోజుల్లో ఉన్నట్టుండి మా ఆయనకు రెస్టరెంట్ పెట్టుకుందాం అనిపించింది. దాచుకున్న మొత్తాన్ని పెట్టి గ్రీకు రెస్టరెంట్ ఒకటి తెరిచాం. కొత్తల్లో ఇబ్బంది పడ్డాం కాని ఆపైన అది బానే లాభాల్లో నడిచింది. కొన్నేళ్ళు మళ్ళీ హాయిగా గడిచాయి. అలానే అలా సాఫీగా సాగిపోయుంటే అది నా జీవితం ఎలా అవుతుంది?

ఉన్నట్టుండి ఒక రోజు మా ఆయన మాయమయ్యాడు. ఎక్కడికి పోయాడు, ఏమయ్యాడన్నది ఎంత కాలానికీ తెలియలేదు. ఎంతకీ అతని ఆచూకీ లభించలేదు. బహుశా ఎక్కడో చనిపోయుంటాడని నా మనసుకు అనిపించింది. ఇక ఆ రెస్టరెంట్ నడపలేకపోయాను. వేరే దారిలేక దాన్ని నష్టానికి అమ్మేశాను…”

“తర్వాత మీ పిన్నిని కలుసుకోనేలేదా?” అడిగాను ఆమె కథకు అడ్డం పడుతూ. ఆమె సమాధానం చెప్పలేదు. తను చెప్పాలనుకున్నది చెప్పుకుంటూ పోయింది.

“నేను మొట్టమొదట మాంట్రియాల్లో అడుగుపెట్టినప్పుడు మా పిన్ని నా ముఖాన్ని పట్టి అటు ఇటు తిప్పి నన్ను అన్ని వైపులనుంచీ పరిశీలించి చూసింది. పిన్నికి నా మీద ప్రేమ, ఆప్యాయత అనుకున్నాను. విషయం అది కాదు. ఆమె నాకు విలువ కట్టిందని ఇప్పుడు తెలుస్తోంది. నా దగ్గర ఎంత పని చేయించుకోవచ్చు అనే అంచనా కోసమే ఆమె నన్ను అంత పరీక్షగా చూసింది. చిన్నపిల్లనయిన నన్ను ఎంత కర్కశంగా చూసినా, నాచేత గొడ్డుచాకిరీ చేయించుకున్నా ఆమె అనే ఒక్క వాక్యం మాత్రం మరిచిపోలేను.

‘నువ్వెందుకు చదువుకోవాలి, చదువుకోవాలి అని తాపత్రయ పడుతున్నావు? చీపురుకర్రతో నిల్చున్నప్పుడు కూడా అందంగానే ఉన్నావు కదా!’ అనేది.

మా నాన్నకి చివరిదాక నేను మోసం చేయబడ్డానని తెలియదు. తప్పించుకుని టొరాంటో వచ్చాక నేను జాబు రాసినప్పుడే అమ్మకు తెలిసింది చిన్నమ్మ గురించి. అప్పటికే నాన్న చనిపోయాడు. అమ్మ పిన్నిని క్షమించలేదు. నేను క్షమించేశాను కానీ ఆ చేదు జ్ఞాపకాల గాయం ఇంకా అలానే ఉంది.

మా దేశంలో ఒక సామెత ఉంది, చెప్పులు అమ్మేవాడు మోకాళ్ళ మీద కూర్చోక తప్పదు అని. పనిమనిషిగా ఆమె నన్ను ఉంచుకున్నాక ఆమెకు నేను ఎదురుతిరగగలనా? పిన్ని తానో గొప్ప అందగత్తెనని అనుకునేది. నిజానికి ఆమె నీళ్ళలో నానబెట్టినట్టు ఉబ్బిపోయుండేది. కానీ ఆమెవి డేగకళ్ళు. అవి చురుకుగా అటూ ఇటూ చూస్తూ నా పనుల్లో లోపాలు వెతుకుతుండేవి. ఆమెకు అదో సరదా. తప్పుచేసినప్పుడల్లా తిట్లు పడేవి నాకు. నాతో మామూలుగా గ్రీకు మాట్లాడేది. తిట్టేప్పుడు మాత్రం ఇంగ్లీషులో తిట్టేది. నేను ఇంగ్లీషు నేర్చుకున్నది ఆ తిట్ల మూలానే…

“మీకొక కొడుకున్నాడు కాదా?” అడిగాను.

ఆమె నిట్టూర్చింది. “నేను చదవలేకపోయిన చదువులన్నీ వాడు చదువుతాడనుకున్నాను. వాడేమో స్కూల్ కూడా పూర్తి చెయ్యలేదు. పట్టుమని

పదిరోజులు కూడా పరిచయం లేని ఓ అమ్మాయిని నాకు చెప్పకుండా పెళ్ళి చేసుకున్నాడు. ఆ అమ్మాయి నోట్లోంచి ఎప్పుడూ సిగరెట్ పొగ వస్తూనే ఉంటుంది. తనతో కలిసి అమెరికాలోని ఐడహో స్టేటుకు వెళ్ళిపోయాడు. ఎందుకు అక్కడకే వెళ్ళాడో ఎవరికైనా చెప్తే నవ్వుతారు. అక్కడ మాత్రమే బాతుల్ని వేటాడచ్చుట. రచయిత హెమింగ్వే బాతుల్ని కాల్చిన స్టేట్ అట అది. చూశారా, వాడి దృష్టిలో నేను బాతుకన్నా హీనం. తల్లిని వదిలి ఏ కొడుకైనా ఇలాంటి సాకుతో అంతదూరం వెళ్ళిపోతాడా? పోనీ వెళ్ళాక ఒక్కసారైనా ఫోన్ కానీ ఉత్తరం కానీ లేవు, వాడి దగ్గరనుంచి.

ఇక ఇప్పుడు నాకు జీవితంలో ఎవరూ లేరు. నా జీవితాన్ని ఒంటరిగా, హాయిగా గడిపేస్తున్నాను. అప్పుడప్పుడూ మా నాన్నను గుర్తు చేసుకుంటాను. ఆయన చనిపోయేంతవరకు కాయకష్టం చెయ్యడాన్ని మానుకోలేదు. ఐదు కాళ్ళ మనిషి అని ఊళ్ళోవాళ్ళు గేలిచేసినా పట్టించుకోలేదు. సోలిపోయి కూర్చోలేదు. ఒకరోజు గుర్రం మీదనే హాయిగా కళ్ళు మూశాడట. ఒక్క కాలే ఉన్నప్పటికీ నిర్విరామంగా శ్రమచేస్తూ బతికాడు. మరి నాకు రెండు కాళ్ళున్నాయి చక్కగా!"

అందంగా నవ్వుతూ హెలెన్ అని చక్కని పేరున్న ఆ గ్రీకు మహిళ లేచింది. తన యూనిఫామ్ సవరించుకుంది. ఆమెను పరికించి చూశాను. ఒకప్పుడు ఆమె గొప్ప అందగత్తెగానే ఉండి ఉండాలి. డిస్పోజబుల్ కప్పుని, తాను ఇందాక శుభ్రం చేసిన చెత్తబుట్టలో పడేసింది. చీపురు కర్ర, నీళ్ళ బకెట్, డిస్ఇన్ఫెక్టెంట్ లిక్విడ్, ఇతర క్లీనింగ్ సామాగ్రి నింపిన బండిని తోసుకుంటూ వెళ్ళడానికి సిద్ధమయింది. వెళ్ళే ముందు ఆమె చివరిగా చెప్పిన వాక్యంలో ఒక కథ ముగించడానికి కావలసిన లక్షణం ఉంది.

"నేను 13 ఏళ్ళప్పుడు చీపురుకర్ర చేతబట్టి పాచిపనులు చెయ్యడం మొదలుపెట్టాను. ఇప్పుడు 55 ఏళ్ళొచ్చినా అదే చేస్తున్నాను, ఇంకా అలాగే..." వాక్యాన్ని ఆపి, ఆలోచించింది.

"ఏమైతేనేం, చీపురుకర్రతో నిల్చున్నప్పుడు కూడా నేను అందంగా ఉంటాను కదా!?"

ఇది రాసిన తొమ్మిదేళ్ళ తర్వాత జరిగినది ఇది:

గత వారం మంచు కమ్మేసిన ఒక రోజు, టొరాంటోలో ఒక హాస్పిటల్లో హెలెన్ అనే ఆమెను కలిశాను. పదేళ్ళ క్రితం ఆమెను ఒక సూపర్ మార్కెట్ బయట కలిశాను. అప్పుడు ఆమె కథను రాశాను కూడా. ఆమె ముఖాన్ని నేను మరిచిపోయాను.

అయితే ఆమె నన్ను గుర్తుపట్టి మాట్లాడింది.

వెన్నుపూస ఎక్స్‌రే తీసుకోడానికి వచ్చిందిట ఆమె. వెన్నునొప్పితో చాలా బాధ పడుతున్నదట. ఆమె భర్త (తిరిగొచ్చాడు) గత ఐదేళ్ళుగా మంచం పట్టి ఉన్నారట. ఇప్పటికీ ఆ జానిటర్ పనిలోనే ఉన్నారట. ఎప్పుడైనా ఊడిపోగల ఉద్యోగం. అయితే ఆమె ముఖంలో ఆ అందమైన నవ్వు మాత్రం చెక్కుచెదరలేదు. ఇక మర్చిపోకుండా, ఆమెతో ఆ హాస్పిటల్లో ఒక ఫోటో తీసుకున్నాను. తిరిగివస్తుంటే అనిపించింది నాకు.

ఈమె దగ్గర నేర్చుకోవడానికి చాలా ఉన్నాయి.

[మూలం: ఐందు కాల్ మనిదన్ (2011). ఒంగ్రుక్కుం ఉదవాదవన్ (2011) (అప్రయోజకుడు) సంపుటినుండి.]

మహారాజుగారి రయిలుబండి

అనుకోకుండా జరిగిందది.

సెల్వనాయగం సర్ ఇంట్లో ఉండాల్సిన నేను కొన్ని ఇబ్బందుల వల్ల జార్జ్ సర్ ఇంట్లో ఉండవలసి వచ్చింది. నాకు ఆయనతో పరిచయం లేదు. ఆ రెండు రాత్రులు, ఒక పగలూ నా జీవితంలో ముఖ్యమైనవిగా మారబోతున్నాయి. అప్పటికి నా పద్నాలుగేళ్ళ జీవితంలో నేను కనీవినీ ఎరగని కొన్ని విషయాలు నాకు తెలియబోతున్నాయి. ఇంకొన్ని ఆశ్చర్యాలకూ నేను సిద్ధం కావలసి ఉండింది.

జార్జ్ సర్ మలయాళీలు. ఆయన మూడు పెద్ద గుండీలున్న పొడవు చేతుల జుబ్బా ఒకటి వేసుకునున్నారు. ముఖం బడిపంతులుకు ఉండాల్సినట్టు లేదు. నోరు పైకి వంగి ఎప్పుడూ నవ్వుతున్నట్టే కనిపిస్తారు.

మిసెస్ జార్జ్‌ని చూడగానే కాస్త పొంకంగా అనిపించారు. బొట్టులేని తెల్లని నుదురు. ఆమె నడత చూస్తే వయసులో ఉండే అహం ఇంకా తగ్గినట్టులేదు. నల్లంచున్న తెల్లచీర కట్టుకునున్నారు. చీర కుచ్చిళ్ళు బహు చక్కగా కాగితపు మడతల్లా చెదరకుండా ఉన్నాయి. నేను అక్కడికెళ్ళినప్పుడు ఇద్దరూ కూతురి రాకకోసం చూస్తూ గుమ్మంలో నిల్చోనున్నారు. నేనూ వారితో గుమ్మం దగ్గరే నిలబడ్డాను.

దూరంగా ముగ్గురమ్మాయిలు వస్తూ కనిపించారు. అందరూ ఒకేలాంటి బట్టలు వేసుకునున్నప్పటికీ ఒకమ్మాయి పొడవుగా ఉండటం వల్ల దూరం నుండే తెలిసిపోతోంది. నడిచే వైనంలో మధ్యమధ్యన తన నడుము కనబడుతోంది. దగ్గరికి వచ్చినాక మెరుస్తున్న ఆ అమ్మాయి కళ్ళు చూశాను. ఒలిచిన ఇప్ప గింజల్లా రెండు వైపులా వాడిగల కన్నులు. మెడలో చైన్ గాని, చెవులకు కమ్మలు గాని, ఒంటిమీద

ఇంకేమీ ఆభరణాల్లాంటివి లేవు. అయితే పైపెదవి మీద ఒక పుట్టుమచ్చ ఉంది. అది తన పెదవులు కదిలినప్పుడల్లా కదిలి నా చూపుని అటే తిప్పుకుంటోంది. చూడకుండా ఉందామన్నా ఉండలేకపోయాను. ఇదొక పన్నాగమేమో అబ్బాయిలను ఆకట్టుకోటానికి అనుకున్నాను.

జార్జ్ సర్ తనను రోసలిన్ అని నాకు పరిచయం చేశారు. తను నన్ను కళ్ళెత్తి ఓ మాదిరిగా చూసింది. ఆ ముఖం చూస్తే పదమూడేళ్ళుండచ్చు అనిపించింది. కాని ఆ అమ్మాయి శరీరం ఇంకా ఎక్కువ వయసునే చెప్తున్నట్టుండింది.

ఎన్నో ఆశ్చర్యాలు కలగబోతున్నాయని చెప్పాను కదూ. మొదటి ఆశ్చర్యం వారి ఇల్లు. నేను అంతవరకు ఎక్కడా చూడనన్ని సౌకర్యాలున్నాయి ఆ ఇంట్లో. నాకంటే పొడవైన నిలువెత్తు గడియారం గంటగంటకీ మోగుతుంటుంది, నేనిక్కడున్నాను అని గుర్తు చేస్తూ. హాల్‌లో రిఫ్రిజిరేటర్ ఉంది. అది ఉండుండి గుయ్యని శబ్దం చేస్తుంటుంది. ఎప్పుడూ తాకలేదు నేను అప్పటిదాకా, ఎలా ఉంటుందో ఆ ఫ్రిజ్ తలుపు ఒక్కసారి తీసి చూద్దామనిపించింది. వేలాడే గొలుసుని లాగితే పెద్దగా చప్పుడు చేస్తూ ఫ్లష్ చేసే కమోడ్. ఎన్నో మొక్కలను కుండీల్లో పెట్టి పెంచుతున్నారు. అవేవీ జీవితంలో ఒక్క పూవు కూడా పూసేవిలాగా లేవు.

నాకు కేటాయించిన గది అప్పటికప్పుడు సర్దించినట్టున్నారు. అలమర, టేబులు ఒక పక్క అంతా ఆక్రమించుకున్నాయి. తాళం వేసి వున్న ఆ గాజు తలుపుల అలమరాలో చాలా పుస్తకాలున్నాయి. పక్కన ఒకదానిపై ఒకటి సర్దిపెట్టిన ఖాళీ పెట్టెలు. అలమరలో చోటు లేకో, అవసరం లేకో బైటే పడేసి వున్న ఇంకాసిని పుస్తకాలు, ఇంకేవో వస్తువులూ. పరుపుపై అప్పుడే ఉతికిన వాసనతో తెల్లటి బెడ్‌షీట్. తేలికైన రెండు మెత్తటి దిండ్లు. అటాచ్డ్ బాత్రూమ్. అయితే దీనికి మూడు తలుపులున్నాయి, మూడు గదుల నుండీ వాడుకోడానికి వీలుగా. లోపలికి వెళ్ళగానే మూడిటికీ లోగడియలు పెట్టుకోవాలి, తర్వాత మరిచిపోకుండా లోపలి గడియలన్నీ తీసిరావాలి. బాత్‌టబ్ తెల్లటి రంగు నుండి గోధుమరంగులోకి మారుతోందా లేక గోధుమరంగు నుండి తెల్లగా అవుతుందా అని చెప్పలేనట్టుంది. దాని గోడకంటుకుని పాములా ఒంపులు తిరిగిపోయున్న ఒక పొడవైన వెంట్రుక. ఇంకా ఆడవాళ్ళున్నారని చెప్పే కొన్ని వస్తువులు. లోదుస్తులు దాపరికం లేకుండా దండెంపైన వేలాడుతున్నాయి.

రెండో ఆశ్చర్యం, ముద్దులు పెట్టడం! ఆ అమ్మాయి పద్ధాక ముద్దులు పెడుతోంది. ఊరకనే అటు వెళ్ళే తల్లిని వాటేసుకుని బుగ్గమీద ముద్దిచ్చింది. ఒక్కోసారి వెనక నుండి వచ్చి ఆమెను హత్తుకుని ఆశ్చర్యం కలిగించింది. ఒక్కోసారి బుగ్గమీద,

ఒక్కోసారి నుదుట. తల్లి కూడా అలానే చేసింది. కొన్నిసార్లు అలా ముద్దు పెట్టేప్పుడు వాలు కళ్ళతో నన్ను చూస్తోంది. అలాంటప్పుడు నేను ఏం చెయ్యాలన్నది నాకు తెలియలేదు. జీవితంలో మొట్టమొదటిసారి పరాయి వాళ్ళింట్లో ఉంటున్నాను. అందునా వాళ్ళు కేథలిక్స్. వాళ్ళ అలవాట్లు అలా ఉంటాయేమో అనుకున్నాను. అయినా ఏదో మొహమాటంగానే ఉంది. ఇది వీళ్ళకి సహజమైన చర్య అని మనసులో అనుకున్నాను.

భోజనాల బల్ల దగ్గర వడ్డించగానే నేను తొందరపడి కంచంలో చేయి పెట్టబోయాను. ప్రార్థన మొదలవ్వగానే చేయి వెనక్కి లాక్కున్నాను. చివర్లో ఆమెన్ చెప్పినప్పుడు నేను శ్రుతి కలపాలని నాకు తెలియలేదు. అలా చెయ్యనందుకే అనుకుంటా ఆ అమ్మాయి నన్నదోలా చూసింది.

ఆ రాత్రి జరిగినదీ ఒక వింత సంఘటనే! అలవాటు లేని గది, అలవాటు లేని మంచం, మునుపెన్నడూ వినని శబ్దాలు. అసలు నిద్ర పట్టలేదు.

చిన్నగా నా గది తలుపు తెరిచిన అలికిడి. కొవ్వొత్తిని పట్టుకుని రోసలిన్ మెల్లగా నడిచి వచ్చింది. నావైపైనా చూడకుండా నేరుగా పెట్టెలు పేర్చినవైపుకెళ్ళి నిల్చుని అమెరికాలో ఉండే లిబర్టీ స్టాచ్యూలా కొవ్వొత్తిని పైకెత్తింది. నేను అదాటున లేచి కూర్చున్నాను.

"భయపడ్డావా?" ఇదే తను నాతో మాట్లాడిన మొదటి మాట. నేను లేచెళ్ళి తన పక్కననిలబడి ఏంటా అని చూశాను. ఆ కర్రపెట్టెలో ఐదు పిల్లి పిల్లలు ఒకదానినొకటి ఒరుసుకుని మెత్తగా కళ్ళు మూసుకుని ఉన్నాయి. పూలగుత్తిని తీసుకున్నట్టు ఒక్కొక్కదాన్నీ చేతిలోకి తీసుకుని చూసింది. తన చేతి వెచ్చదనం ఆరిపోయేలోపు నేనూ ఆ పిల్లిపిల్లలను తాకి చూశాను. కొత్త అనుభవంలా ఉంది.

"మూడు రోజులే అయింది ఈని. రెండు చోట్లకి మార్చింది. తల్లి పిల్లి ఈ కిటికీ గుండానే వస్తుంది, పోతుంది. చూసుకో," అంది.

నేనేం మాట్లాడలేదు. కారణం, నేనింకా అప్పటికి ఆ అమ్మాయి మొదటి ప్రశ్నకే జవాబు వెతుక్కుంటున్నాను అక్షరాలు కూడబలుక్కుంటూ. కాసేపు నాకేసి చూసింది. నాకు బాగా పరిచయమున్న వ్యక్తిలాగా రహస్యం చెప్పే గొంతుతో, "ఈ తల్లిపిల్లి పిల్లగా ఉన్నప్పుడు మగపిల్లిగా ఉండేది. ఉన్నట్టుండి ఒకరోజు ఆడపిల్లయ్యి పిల్లలు పెట్టేసింది!" అంది. గొంతు ఇంకా సన్నగా చేసుకుని, "ఈనల్లపిల్లికి మాత్రం నేను పేరు పెట్టేశాను. అరిస్టాటిల్!" అంది.

ఇప్పుడు మాత్రం "అరిస్టాటిల్ ఎందుకు?" అని అడగాలనుకున్నాను.

నా మనసు చదివినదానిలా, “చూడటానికి అచ్చం అరిస్టాటిల్‌లా ఉంది కదా?” అంది.

ఇంతసేపూ నా పక్కన తను నన్ను ఆనుకునే ఉంది. తన నైట్‌డ్రెస్ ఆ చిన్నవెలుతురులో మరింత పలచగా ఉన్నట్టు కనిపించింది. విరబోసుకున్న తన జుట్టునుండి వెచ్చదనం, వొంటి నుండి వస్తున్న వాసన నాకు కొత్తగా ఉండింది. నావేళ్ళు తనలోని ఏదో ఒక భాగాన్ని తాకగలిగేంత దగ్గరగా నిల్చునుండింది. తననే చూస్తున్న నన్ను చూసి చూపుడు వేలు పెదవులపై శిలువలా పెట్టి సైగచేస్తూ మెల్లగా నడిచి తలుపు తీసుకుని వెళ్ళిపోయింది. ఆ అమ్మాయి వెళ్ళిన దిక్కుకి మెడ తిప్పి పడుకుని కాసేపు చూస్తూ ఉండిపోయాను. అది ఒక కొత్త అనుభవం.

ఉదయం అల్పాహారం తొందరగానే ఐపోయింది. వాళ్ళందరూ మంచి ఖరీదయిన బట్టలు కట్టుకునున్నారు. మిసెస్ జార్జ్ దగ్గరనుండి లీలగా హాయిగా పర్ఫ్యూమ్ వాసన వస్తోంది. రాత్రి అసలేమీ జరగనట్టే పిల్లిపిల్లలా కూర్చుని ఉంది రోసలిన్. నెమలి పింఛం లాంటి డ్రెస్సు, నల్లటి షూస్, పొడవైన తెల్లటి సాక్స్ వేసుకునుంది. తను కావాలనే మెల్లగా తింటున్నట్టనిపించింది. భోజనాల బల్ల దగ్గర మేమిద్దరమే మిగిలాం. ఎవరూలేని ఆ సమయం కోసమే చూస్తున్నట్టు నా వైపుకి తిరిగి, గొంతు సవరించుకొని రహస్యం చెప్తున్నట్టుగా “మా నాన్నదగ్గరొక రయిలుబండి ఉంది,” అంది లోగొంతుకతో.

“రయిలా?” అన్నాను.
“అవును రయిలే. పద్నాలుగు పెట్టెలు!”
“పద్నాలుగు పెట్టెలా!”

“ఆ బండే తిరువనంతపురానికీ కన్యాకుమారికీ మధ్య తిరిగే రయిలు బండి. పొద్దున ఆరుగంటలకు బయల్దేరి మళ్ళీ రాత్రికి వచ్చేస్తుంది.”

“రయిలు బండిని మీ నాన్నెందుకు కొన్నారు?”

“కొనలేదు, స్టుపిడ్. తిరువనంతపురం మహారాజా ఈ లైనుని మా తాతయ్యకు అతని సేవకు మెచ్చుకుని కానుకగా ఇచ్చారట. ఆయన తర్వాత అది మా నాన్నకు వచ్చింది. ఆయన తర్వాత అది నాకే!”

తన తర్వాత అది ఎవరికి సొంతమవుతుందని తేలేలోపు మిసెస్ జార్జ్ వచ్చేశారు. గబగబమని వాళ్ళందరూ మేరీమాత గుడికి బయల్దేరడంతో ఆ సంభాషణ అర్ధాంతరంగా ఆగిపోయింది.

పద్నాలుగేళ్ళ పిల్లాడిని నాకిచ్చిన గదిలో ముడుక్కుని, చదవడానికేమీ లేకుండా ఎవడో బ్రిటీష్‌వాడు, జో డేవిస్ అట, రాసిన Heat అన్న పుస్తకాన్ని ఎంతసేపని తిరగేయను? కానీ ఏంచేయను. వాళ్ళు తిరిగొచ్చిన అలికిడి వినిపించి చాలాసేపైంది. ఇక తప్పక నా గది తలుపు కొంచం తీసి బయటకి తొంగిచూశాను. ఎవరూ కనిపించలేదు.

వరండాలోకి వచ్చాను. అడుగున నూనె మరకలున్న పొడవైన పేపర్ బేగులో చేయిపెట్టి ఏదో తీసి నోట్లో వేసుకొని నములుతూ ఉండింది తను. ఆ చేయి బేగులోకి పోయిరావడం పుట్టలోకి పాము వెళ్ళడం, రావడంలా కనిపించింది నాకు. పేరు తెలీని ఉండలాంటిదాన్ని అందులో నుండి తీసి నోట్లో వేసుకుంటోండింది. ఆ కవర్ నాకేసి చాపింది. తన మణికట్టు గెణుపు నా ముఖానికి దగ్గరగా నున్నగా కనిపించింది. పేరు తెలియని పదార్థాలు నేను తినను. వద్దని తలూపాను.

“ఐస్ ముక్కలు కావాలా?” అని అడిగింది.

నా జవాబు కోసం చూడకుండనే వెళ్ళి ఫ్రిడ్జ్ తీసి నీలం రంగు ప్లాస్టిక్ ట్రే పట్టుకొచ్చింది. రెండంచులూ పట్టుకొని దాన్ని విల్లులా వంచి ఐసు ముక్కలు పైకెగురుతుంటే పట్టుకుని నోట్లో వేసుకుంది. మరొక ముక్కని పట్టి నీటిబొట్లు కారుతుండగా నాకందించింది. తను ఒకటి తీసుకుని పటుక్కుమని కొరికి తింది.

అటూ ఇటూ తిరిగి చూసి, ఫ్రిడ్జ్‌కి వినపడనంత దూరంలో ఉన్నట్టు నిశ్చయించుకుని, రహస్యంగా చెప్పింది, “ఈ నీళ్ళు కేరళ నుండి తెచ్చినవి. అర్ధగంటలో గడ్డకట్టి ఐస్ ఐపోతుంది. ఇక్కడి నీళ్ళు చాలా స్లో! రెండు రోజులు పడుతుంది గడ్డకట్టడానికి!” అంది.

నేనూ ఆమెలా పటుక్కుమని కొరికాను. పళ్ళు జివ్వుమన్నాయి. తలలో ఏదో జరిగినట్టనిపించింది. కొరికిన వేగానికి ఐసు ముక్క నీళ్ళయి నా నోటి చివరలనుంచి కారాయి. రోసలిన్ నన్ను చూసి గట్టిగా నవ్వడం మొదలుపెట్టింది. “నీకు ఐసు ముక్కలు తినడం చేతకాదు” అంది.

తనను పరీక్షగా చూశాను. హాఫ్ స్కర్ట్, కాలర్‌బోన్‌నీ భుజాలనీ దాచని షర్టు వేసుకునుంది.

అప్పుడే రయ్యిమని ఒక జోరీగ తన చుట్టు ఎగరడం మొదలుపెట్టింది. అది తన భుజంమీద వాలబోతుంటే విదిలించింది. నేను కంగారుగా తోలబోతే నా చేయి ఆ అమ్మాయి భుజానికి తగిలి, త్రాసు ఒక వైపు కిందకు వాలినట్టు పక్కకు వంగింది.

ఇప్పుడు రోసలిన్ కాళ్ళ దగ్గర ఎగురుతోంది ఆ జోరీగ. మళ్ళీ నేను తోలే ప్రయత్నంగా చేయి విసిరాను. తను నవ్వడం మొదలుపెట్టింది. ఈ ఆట ఆగకుండా సాగింది కాసేపు. ఆ ఆట ఆపేస్తాడేమో అనే భయంతో నేను మనసులో దేవుడికి దణ్ణంపెట్టుకున్నాను. కాని, అదే అయింది. పనిమనిషి వచ్చి రోసలిన్‌తో అమ్మ పిలుస్తున్నారని చెప్పింది.

ఆ ఆదివారం సాయంత్రపు టీ కార్యక్రమం కూడా మరిచిపోలేనిదే. ఇంటి బయట తోటలో మొదలైందది. పసుప్పచ్చగా పండి మెరుస్తున్న పెద్దపెద్ద పళ్ళున్న బొప్పాయి చెట్టు కింద ఇది జరిగింది. దూరంగా రెండు తాడిచెట్లకు కట్టిన పొడవైన వెదురు కర్రల నుండి కిందకి దిగిన వైరొకటి జార్జ్ సర్ మ్యూజిక్ రూమ్‌లో ఉన్న రేడియో ఆంటెనాకి వెళ్తోంది. ఆ రేడియో నుంచి ఒక ఆలాపన వినిపిస్తూ ఉండింది.

మిసెస్ జార్జ్ అందరికీ కప్పులో టీ పోసి ఇచ్చారు. పింగాణీ ప్లేట్‌లో బిస్కట్స్ పెట్టి ఇచ్చారు. నలుపలకలుగా ఉండి పైన సన్నని చక్కర పలుకులు చల్లి ఉన్నాయవి. ప్రతీ బిస్కట్‌కీ తొమ్మిది బెజ్జాలున్నాయి. నోట్లో పెట్టుకోగానే కరిగిపోయాయవి. అంత రుచికరమైన తొమ్మిది బెజ్జాల బిస్కట్లు తినడం అదే మొదటిసారి!

ఉన్నట్టుండి జార్జ్ సర్ తన కూతురిని గిటార్ వాయించమని ఆజ్ఞాపించారు. 'ఓడాడీ...' అని అయిష్టంగా, వెళ్ళి గిటార్ పట్టుకొచ్చింది. కాలిమీద కాలేసుకుని, ఒత్తుకునే పేము కుర్చీలో ఇబ్బందిపడుతూ కూర్చుని వాయించుతూ పాడటం మొదలుపెట్టింది. ఆమె స్కర్ట్ పైకి జరిగి ఎండపొడ తగలని తెల్లని తొడలు కనిపించాయి. Don't let the stars get in your eyes అని మొదలైంది ఆ పొడవైన పాట. Love blooms at night, in daylight it dies అన్న లైను నాకోసమే రాసినట్టు అనిపించింది. శ్రుతి లేకుండా, స్వరం కలవకుండా పావురపు గొంతేసుకుని పాడినప్పటికీ ఆ పాట నాకు చాలా బాగా నచ్చేసింది.

ఇలాంటొక అన్యోన్యమైన కుటుంబాన్ని నేనెప్పుడూ అప్పటిదాకా చూసెరగను. మిసెస్ జార్జ్ భుజంపైకి వేసుకున్న పైటలో మడతలు విచ్చుకున్న విసనకర్రలా క్రమంగా ఉన్నాయి. వాటిని జాకెట్‌లోకి వెండి పిన్నుతో బిగించారు. రోసలిన్ కళ్ళు మునుపటి కంటే ఇంకా పొడవుగా చెవులను తాకుతున్నాయా అన్నట్టు అనిపించాయి. ముఖంలో మెరుగు. జార్జ్ సర్ చేతులు రుద్దుకుంటూ భోజనాల బల్ల దగ్గర కూర్చుని ఉత్సాహంగా మాట్లాడుతున్నారు. వాళ్ళతోబాటు నేనూ కూర్చున్నాను. 'జపం చేద్దాం!' అని ఆయన ప్రారంభించారు.

'మా దేవుడవయిన యేసు ప్రభువా! ఎల్లలులేని నీ కృపచేత నిన్నటిలాగే ఈ

రోజూ మాకు లభించిన ఈ రొట్టె కోసం ఇక్కడ కూడివున్న మేము ధన్యవాదాలు తెలుపుకుంటున్నాము. అలాగే ఈ రొట్టె కూడా దొరకని వారికి దారి చూపించుము. భారం మోసేవారికి ఉపశమనం కలిగించే రక్షకుడా! మా భారములను తేలిక పరుచుము. మాతో కొత్తగా చేరిన ఈ స్నేహితుడిని రక్షించుము. అతని ఆశయాలన్నిటినీ నెరవేర్చుము. నీ మహిమను చాటిచెప్పేందుకు మమ్ములను ఆశీర్వదించు ప్రభువా! ఆమెన్.'

ఈ సారి సరైన చోట సరైన సమయానికి ఆమెన్ చెప్పేశాను. నన్నుకూడా వారి ప్రార్థనలో కలుపుకున్నందుకు సంతోషం కలిగింది. నేను ఆమెన్ అన్నప్పుడు నావైపు కొంటెగా చూసి, తన కళ్ళను పక్కకు తిప్పుకోకుండా అలానే చూస్తూ ఉండిపోయింది.అయితే ఇంత ఆహ్లాదకరంగా మొదలైన రాత్రి చివరికొచ్చేసరికి చెత్తగా ముగిసింది.

భోజనాల బల్ల దగ్గర వున్నంతసేపు సంభాషణ చాలా ముఖ్యం. అది శుభ్రంగా ఇంగ్లీషులోనే సాగింది. ఒక తమిళ మాటో, మలయాళమో మచ్చుక్కూడా లేదు. ఆ అమ్మాయి నదికంటే వేగంగా మాట్లాడగలుగుతోంది. నా ఇంగ్లీషు చీకట్లో నడిచినట్టు ఉంటుంది. కాబట్టి మాటల పొదుపు పాటింపు చాలా అవసరం అనిపించింది. ఆ పొదుపు మాటలక్కూడా సగం సమయం గాలే వదిలాను.

తినే పింగాణీ ప్లేట్‌ని చూస్తూ తినడం నిషేధించినట్టు, బల్లపై పరచివున్న పదార్థాలను 'దయచేసి ఇది అటివ్వండి...' 'ఆ రొట్టెలను ఇటు జరపండి...' అని ఒకరిని ఒకరు అడుగుతూ అందించుకుంటూ తింటారు. ఇది కూడా నాకు కొత్తే.

అవియల్ అనే కొత్త వంటకం రుచిలో నేను మునిగిపోయి వున్నాను. అప్పుడు జార్జ్ సర్ ఇంగ్లీషులో ఏదో అడిగారు. ఏమడిగారో నాకు తెలియదు గనుక వినిపించుకోలేదు. రోసలిన్ సన్నని స్వరంతో జవాబిచ్చింది. హఠాత్తుగా పైకప్పు అదిరిపోయేలా జార్జ్ సర్ అరిచారు. నేను వణికిపోయాను. గ్లాసులో నీళ్ళమీద వలయాలు కనిపించాయి. ఆ అమ్మాయి అంతవరకూ చూస్తున్న కొంటె చూపును నా మీది నుండి లాక్కుని ప్లేటుని చూస్తూ తినసాగింది. తన కళ్ళలో నీళ్ళు తిరిగాయి.

మిసెస్ జార్జ్ వాతావరణాన్ని తేలికపరచాలని కళ్ళతో సైగలు చేశారు. అప్పటికీ జార్జ్ సర్ ముఖంలో కోపం తగ్గలేదు. ఆయన శాంతించడానికి చాలా సమయం పట్టింది.

ఆ రాత్రి చాలాసేపు నిద్రపట్టక అటూ ఇటూ పొర్లుతున్నాను. గాలి సవ్వడి చేసినప్పుడెల్లా తలుపు తెరచుకుంటుందా అని దీక్షగా చూస్తూ ఉన్నాను. అసలు తెరుచుకోనేలేదు.

ఎలానో ఒకలా నిద్రపోయాను. నడిజాము దాటాకేమో ఏదో చప్పుడుకి మెలుకువ వచ్చింది. చీకటి తప్ప మరేం కనిపించలేదు గానీ ఏవో మాటల్లాంటివి వినిపించాయి. గుసుగుసగా ఆడ గొంతు, 'కాస్త ట్రై చెయ్యండి, ప్లీజ్!' అని. మగ గొంతులో ఏవోమూలుగులు. మళ్ళీ నిశ్శబ్దం. కాసేపటికీ మళ్ళీ అదే ఆడగొంతు, 'సరే, పోన్లెండి.' అని చిరాగ్గా. తర్వాత చాలా సేపు మేలుకునే ఉన్నాగానీ ఏమీ వినిపించలేదు.

చెప్పినట్టే సెల్వనాయగం సర్ తెల్లవారుజామునే వచ్చేశారు. రిజిస్ట్రేషన్ పనులన్నీ పూర్తిచేసి నాకు సెబరపట్నం హాస్టల్‌లో సీటు ఇప్పించేశారు. అందరూ అది చాలా మంచి హాస్టల్ అని సర్టిఫికేట్ ఇచ్చారు. నాకిచ్చిన గదికి మరో ఇద్దరు స్టూడెంట్స్ వస్తారనగానే శత్రుదేశపు సైన్యం వస్తుందన్నంత ఆత్రంగా నా సరిహద్దులను ఆక్రమించుకున్నాను.

నేను నా పెట్టె, సామాన్లు తీసుకోడానికి వచ్చినప్పుడు ఇల్లు తెరచే ఉంది. పనిమనిషి ఒక చేపని బండమీద కడుగుతూ ఉంది. ఆ చేప కళ్ళు పెద్దగా ఒక వైపుకు తెరచుకుని నన్నే చూస్తోంది. అయితే ఆమె మాత్రం నా వైపుకి తిరిగి చూడలేదు.

గది తలుపు జారుగా తెరిచివుంది. అయినా అక్కడి అలవాటుని ఆచరిస్తూ తలుపుని రెండు సార్లు కొట్టాకే లోపలికెళ్ళాను. నా పెట్టె, సంచీ పెట్టినచోటే ఉన్నాయి. అవి అందుకున్నాక గదంతా ఓసారి చూశాను. నా జీవితంలో మరోసారి ఇక్కడ ఉండే అవకాశం రాదని తెలిసిపోయింది.

ఏదో గుర్తొచ్చిన వాడిలా కర్రపెట్టె దగ్గరకెళ్ళి తొంగి చూశాను. నాలుగు పిల్లలే ఉన్నాయి. తల్లి పిల్లి మళ్ళీ పిల్లల్ని చోటు మారుస్తున్నట్టుంది. నల్ల పిల్లిపిల్ల లేదు. మిగిలిన నాలుగు పిల్లలూ తమ వంతు కోసం చూస్తున్నట్టున్నాయి. అవి మెత్తగా, వెచ్చగా ఉన్నాయి. రో-స-లి-న్ అని చెప్పుకుంటూ ఒక్కో అక్షరానికీ ఒక్కో పిల్లని తాకాను.

తిరిగొచ్చే దారిలో తను మాట్లాడిన మొదటి మాట గుర్తొచ్చింది. 'భయపడ్డావా?' ఎంత ఆలోచించినా చివరి మాట ఏంటో గుర్తుకు రాలేదు.

బ్రహ్మాండమైన పిల్లర్లతో కట్టబడిన ఆ బడి, కేంపస్‌లో ఉన్న చెట్లూ నన్ను ఆకట్టుకున్నాయి. ఇంత పెద్ద స్కూల్లోనూ ఈ చుట్టుపక్కల ఉన్న గ్రామాల్లోనూ దానికవతలున్న నగరాల్లోనూ జీవించే ఏ ఒక్కరికీ తెలీని ఒక విషయం నాకు మాత్రమే తెలుసు. ఆ నల్ల పిల్లిపిల్ల పేరు అరిస్టాటిల్. ఆ ఆలోచనే ఎంతోసంతోషాన్నిచ్చింది.

తన గురించి తెలుసుకోవాలని ఉన్నా, ఎలా తెలుసుకోవాలో అర్థంకాక ఏ ప్రయత్నమూ చెయ్యలేదు. ఎవరిని అడగాలో కూడా తెలియదు. నేను ఎంతో శ్రమపడి సీటు సంపాయించుకున్న ఈ అమెరికన్ మిషన్ స్కూల్లో ఆ అమ్మాయి చదవటం లేదని కొన్నాళ్ళకే తెలిసిపోయింది. రోసలిన్ అన్న ఆమె అందమైన పేరుని Rosalin అని రాయాలా లేక Rosalyn అని రాయాలా అన్న ఈ చిన్న విషయం కూడా కనుక్కోలేదే అని చాలా బాధపడ్డాను.

చాలా కాలం తర్వాత తను కేరళ నుండి వేసవి సెలవులకి వచ్చుంటుందనీ మళ్ళీ చదువులు కొనసాగించడానికి వెళ్ళిపోయుంటుందనీ ఊహించుకున్నాను. ఎప్పట్లాగే ఆ ఊహకి కూడా చాలా ఆలస్యంగానే వచ్చాను.

ఈ కొత్త బళ్ళో కెమిస్ట్రీ సర్ విలియమ్స్ ఒకటే కుక్రపెత్తనం చలాయించేవాడు. మెండలీవ్ అన్న రష్యా శాస్త్రవేత్త చేసిన కుట్ర కారణంగా మేము పీరియాడిక్ టేబిల్స్‌ని కంఠస్థం చెయ్యాలని అజ్ఞాపించాడు. అప్పుడు 112 ఎలిమెంట్స్ లేవు; తొంభైరెండే ఉన్నాయి. ఎంత చదివినా వాటిని కంఠతా పట్టలేకపోయాను. బరువు తక్కువైనది హైడ్రోజన్ అనో, బరువైనది యురేనియం అనో ఆ వివరాలు నా జ్ఞాపకాల బండల మీదనుంచి జారిపోతూనే ఉన్నాయి. ముందు పేరు పెట్టాక తర్వాత కనుక్కున్న ఎలిమెంట్ జెర్మేనియం అన్నది నాకెప్పుడూ గుర్తుండేది కాదు అప్పట్లో. కాబట్టి ఆ రెండేళ్ళు విలియమ్స్ సర్ నా పట్ల అసంతృప్తితోనే ఉన్నాడు కానీ జాలిపడో పెద్దరికంతోనో పొరపాటునకూడా నాకు E కంటే ఒక గ్రేడు ఎక్కువ ఇవ్వాలని ప్రయత్నించలేదు. ఇతని హింసకు గురై నేను నిద్రపోయే ముందు రోసలిన్‌ని తలచుకోలేకపోవడం అన్న దారుణం కూడా రెండుమూడు సార్లు జరిగింది!

ఇది జరిగి ఇప్పటికి చాలా ఏళ్ళు దాటింది. ఎన్నో దేశాలు తిరిగాను. ఎన్నో దేశాల వీధులూ రహదార్లూ గుర్తుండిపోయాయి. ఎందరి ముఖాలనో ఆకర్షించాను. ఎన్నో గాలుల్ని పీల్చాను... ఎన్నో తలుపులనూ తెరిచాను. ఎన్నో మంచాలలో నిద్రపోయాను. ఇంకెన్నో రకరకాల ఆహారాలు తిన్నాను.

అయితే కొరకగానే కరిగిపోయే సన్నని చక్కెర పలుకులు చల్లిన తొమ్మిది బెజ్జాల బిస్కట్లు తిన్న ప్రతిసారీ రోసలిన్ వాసన, ఒక గిటార్ నోటూ నా మనసులోకి రావడం మాత్రం ఇప్పటికీ ఆగలేదు!

[మూలం: మహారాజావిన్ రయిల్ వండి (2001) (మహారాజుగారి రయిలుబండి) కథల సంపుటినుండి.]

రైలు అమ్మాయి

కెనడాలో వాడికున్న అతిపెద్ద సమస్య చలికాలం, కుప్పలుగా పడే మంచూ! వేసుకున్న కోటు, లోదుస్తులు, షూలూ చవకరకంవి. సబ్‌వే మెట్రో రైల్లో కూడా చలిని ఆపలేకపోతున్నాయవి. ఒంట్లోంచి ఒకటే వణుకు. కానీ లాయర్ దగ్గరకు వెళ్ళకతప్పదు. ఇది మూడోసారి. ఆ లాయర్ వీడి శరణార్థి పౌరసత్వం కేసును వాదిస్తున్నాడు. నిజానికి వాడు తన కథను జరిగింది జరిగినట్టే రాసిచ్చాడు. కానీ లాయర్ అది నమ్మశక్యంగా లేదన్నాడు. వాడిచ్చినది చించిపడేసి లాయరే ఒకకొత్త కథ రాశాడు. కేసు గెలవాలంటే ఆధారాలు కావాలి. వాడిచ్చిన కథకి ఆధారాలు సృష్టించడం అసాధ్యం. అందుకని లాయరే తనదగ్గరున్న ఆధారాలకు తగ్గట్టు ఒక కథని తయారుచేశాడు. కోర్ట్ ఇప్పుడు ఆ కథనే కొట్టిపడేసింది. లాయరు అప్పీలు చేద్దామన్నాడు.

వాడు దిగాల్సిన్ స్టేషన్ ఇంకా ఇరవై నిముషాలుందనగా ఓ అమ్మాయి ఎక్కింది. ఆమెను చూడగానే వాడి కాళ్ళు కూడా వణకడం మొదలెట్టాయి. గుండె చప్పుడు రైలు శబ్దాన్ని మించింది. కాళ్ళు చలికి వణుకుతున్నాయేమో అనుకున్నాడు ముందు. ఆమెదీ తన ఒంటి రంగే. లెదర్ జాకెట్టు, మంచి వింటరు బూట్లు వేసుకునుంది. ఓసారలా వాడిమీద తన చూపు విసిరి ఎగాదిగా చూసి బ్యాగులోనున్న పుస్తకం తీసుకుని చదువుకోవడంలో మునిగిపోయింది. అదేదో బడి పుస్తకంలా ఉంది. తరువాతి స్టేషన్‌లో రైలు ఆగగానే ఆమె దిగేసింది. వాడి గుండె ఇంకా ఎక్కువ వేగంతో కొట్టుకుందిప్పుడు. వాడు అప్పుడే ఒక నిర్ణయానికొచ్చాడు. కెనడాలో ఆత్మహత్య అంటూ చేసుకోవలసి వస్తే ఆమె ప్రయాణించే అండర్‌గ్రౌండ్ రైలు కిందనే పడాలి.

ఆత్మహత్య గురించి ఆలోచన వచ్చినప్పుడల్లా వాడికి సోమాలీ గుర్తొస్తాడు.

ఇటలీలో మిలానో స్టేషన్‌లో వాడిని ఆకలితో చనిపోనివ్వకుండా కాపాడినది సోమాలీనే. సోమాలీ అన్ని దేశాలూ తిరిగినవాడు కాబట్టి ఒక్కో దేశంలో ఒక్కో రకమైన ఆత్మహత్య శ్రేష్టమైనదన్నట్టుగా కొంత పరిశోధన చేసిపెట్టుకున్నాడు. బెల్జియంలో డ్రగ్స్ ఇటలీలో తుపాకీతో కాల్చుకోవడం ప్యారిస్ అంటే ఇంకేముంటుందీ? ఈఫిల్ టవర్ ఎక్కి దూకడమే! వెనిస్‌లో ఎలా చచ్చిపోవచ్చని అడిగితే, 'మనం ప్రయత్నించక్కర్లేదు. ఆ ఊరే నీళ్ళల్లో మునిగిపోతూ ఉంటుంది!' అనన్నాడు. సోమాలీకేమైందో ఇప్పుడెక్కడున్నాడో ఏం చేస్తున్నాడో ఎంత ప్రయత్నించినా తెలుసుకోలేకపోయాడు.

వాడు కొలంబోలో విమానం ఎక్కి ఒంటరిగా రోమ్ వచ్చినప్పుడు ఏ క్షణానైనా మంచు కురవడం మొదలవ్వచ్చన్నట్టు ఉండింది పరిస్థితి. ఆ యేడు వాడెన్నటికీ మరిచిపోలేడు. అది అధ్యక్షుడు ప్రేమదాస హత్య చేయబడిన సంవత్సరం. వీడి పేరుని ప్రతిసారీ మరిచిపోతూండే ఒక మావయ్య అష్టకష్టాలు పడి కొంత డబ్బులు పోగుచేసి వీడిని ఇక్కడికి పంపించాడు. అసలుకైతే ఏజెంట్ చెప్పినట్టు నేరుగా గ్రీస్‌కెళ్ళి అక్కడ షిప్పులో ఉద్యోగంలో చేరిపోవడమే ప్లాను. వినడానికి చాలా సులువుగానే అనిపించింది. వీడి దగ్గర గ్రీస్‌కి దొంగ వీసా ఉండటంవల్ల ఏసమస్యా లేకుండా షిప్పులో చేరిపోవచ్చనుకున్నాడు. అయితే యూరోప్ నుండి బయటపడటానికే మూడేళ్ళు పడుతుందని అప్పుడు వాడికి తెలియలేదు.

గ్రీస్ పొలిమేరల్లోనే వాడిని పట్టుకున్న ఇమిగ్రేషన్ అధికారి తెల్లటి యూనిఫార్మ్‌లో కర్రలా పొడుగ్గా ఉన్నాడు. పాస్‌పోర్ట్ చూడగానే అతని ముఖకవళికలు మారిపోయాయి. అడవి నుండి పట్టుకొచ్చిన జంతువుని చూసినట్టు చూశాడు. అతని దేహానికీ గొంతుకీ సంబంధమే లేదు. ఊహించినదానికంటే పదిరెట్లు పెద్దగొంతుతో అరిచాడు. ఆ అరుపుకు అతని పెట్టుడు పన్ను కూడా ఊగింది. 'అంతా గ్రీక్‌లా ఉంది' అనొక జాతీయం ఉంది. నిజానికి అతని అరుపు అదే. ఏం తిట్టాడో అర్థం కాలేదు. వెనిస్ వెళ్ళే రైలెక్కించారు. సగం ప్రయాణంలో టికెట్ తనిఖీచేస్తూ కండక్టర్ వచ్చాడు. ఒక్కొక్క తమిళ పదాన్నీ ఇంగ్లీషులోకి మార్చుకుని మొరపెట్టుకున్నాడు, బ్రతిమాలుకున్నాడు. ఆ మనిషి కనికరించలేదు. యాభై డాలర్లు – ఆ రోజుల్లో, ఆ పరిస్థితుల్లో ఊహించలేనంత పెద్ద రొక్కం – పెన్ కట్టించుకున్నాడు. అప్పుడనుకున్నాడు – ఎదుటివారికి అర్థమయితేనే భాషతో ప్రయోజనం అర్థంకానప్పుడు భాష తెలిసుండటమూ తెలియకపోవటమూ ఒకటేనని!

వెనిస్ స్టేషన్‌లో దిగినప్పుడు అన్ని బాధల్లో కూడా ఎక్కడో ఒక మూల మనసులో ఆనందం కలగడాన్ని తలచుకుంటే ఆశ్చర్యంగా ఉండేది. ఎప్పుడో తమిళంలో చదివిన షేక్స్‌పియర్ నాటకం మర్చంట్ ఆఫ్ వెనిస్ గుర్తొచ్చి, ఆ నగరాన్ని అబ్బురంగా

చూశాడు. 3,000 బంగారు నాణాలకు పూచీకత్తు ఇచ్చిన ప్రాణ స్నేహితుడు అంటోనియో, బస్సానియో, వాడి ప్రియురాలు పోర్తియా, అందరూ ఓ మారు కళ్ళముందు కనిపించారు. షైలాక్‌ని తలచుకోగానే, వీధుల్లో ఉండే కొట్లు ఎలా ఉంటాయో తెలుసుకోవాలనిపించి, ఒక షాపు తలుపు తీశాడు. ధామ్మనే శబ్దంతో తెరుచుకుందది. ఒకామె బయటకి వచ్చి 'వెళ్ళు వెళ్ళు' అని చేతులూపుతూ బైటికి తరిమేసింది. వాడు తలుపు హేండిల్ వదిలేసి ఇవతలికి రాగానే మళ్ళీ ధామ్మన్న శబ్దంతో మూసుకుంది ఆ తలుపు. షైలాక్ ఆ వీధుల్లో ఎన్ని తిట్లూ శాపనార్థాలూ విని ఉంటాడో! వాడికి బాగా నచ్చినవి షైలాక్ మాటలే – 'నేనొక యూదుణ్ణి. నన్ను పొడిస్తే నాకు రక్తం కారదా? నాకు విషం తినిపిస్తే నాకు మరణం సంభవించదా? నన్ను నవ్విస్తే నాకు నవ్వురాదా?' ఇంత అందమైన వెనిస్ ప్రజలకు బయటివాళ్లంటే ఎందుకంత ద్వేషమో?! ఆఊర్లోవారంతా ఇప్పటికీ షేక్స్‌పియర్ వర్ణించినట్టే ఉన్నారు. ఏం మారలేదనిపించింది. మళ్ళీ శాంతాలూచియా స్టేషన్‌కు వెళ్ళి ఒక బెంచి మీద కూర్చున్నాడు. అప్పుడే ఎండుటాకుల గుంపు ఎగిరి వచ్చినట్టు నడిచొచ్చి, పక్కన కూర్చుని, 'రెఫ్యూజీవా? నీ పేరేంటి?' అని అడిగాడు సోమాలీ. వాడు 'మహేశ్' అన్నాడు. అదీ మొదటి పరిచయం.

మహేశ్‌ది కట్టెల అడితిలో చెక్కలు కోసే పని. ప్రతి రోజూ చేయాల్సిన పనుల జాబితాను పొద్దున్నే ఇచ్చేస్తారు. ఎన్ని పలకలు, ఎంత వెడల్పు, ఎంత పొడవు, ఎంత మందం, ఇలా అన్ని వివరాలూ ఉంటాయి. ముక్కుకు మాస్క్, చేతులకు గ్లోస్ తొడుక్కుని తెల్లవారిన దగ్గర్నుండి సాయంత్రందాకా దుంగలు కొయ్యడమే పని. రోజంతా ఆమె గురించే ఆలోచించుకుంటూ పని చేస్తాడు. ఒకే ఒక్కసారి రైల్లో చూసిన ఆ అమ్మాయి గురించి అలా ఆలోచిస్తూ, తలచుకుంటూ ఉండటంలో ఏమొస్తుంది? ఆమెను గుర్తుచేసుకోవాలని వాడికి అనిపిస్తుంది. అదంతే! పాటలు వింటూ పనిచేసేలాంటిదే ఇదీనూ. ఆమె గురించి ఆలోచిస్తూ పని చేస్తుంటే వాడికి అలుపు తెలిసేది కాదు.

తర్వాత కొన్ని రోజులపాటు ప్రతీరోజూ అదే రైల్లో అదే టైముకు ఉద్యోగానికి వెళ్ళాడు. అలా ఒక వారం రోజులు చూశాడు, ఆమె వస్తుందేమోనని. రాలేదు. ఉన్నట్టుండి మళ్ళీ ఒకరోజు ఆమెను చూశాడు. ఎప్పుడు, ఎక్కడ ఎక్కిందో తెలియలేదు. ఆ రోజు ఆమెకు కూర్చోడానికి చోటు దొరకలేదు. కడ్డీని పట్టుకుని నిల్చుని ఉంది. ఏదో అడగరానిది అడిగినట్టు చూశాయి ఆమె కళ్ళు. ఇండియా, శ్రీలంక, గయానా... ఆమెది ఏ దేశమైనా కావచ్చు. కొంచం ముందుకు ఉబ్బిన పెదవులు ఆమెను మరింత అందంగా చేశాయి. ఆమె తను దిగాల్సిన స్టేషన్ రాగానే గబాల్న పక్కకు తిరిగి ముందుకు నడిచింది. ఆ వేగానికి ఆమె స్కర్ట్ అలా రయ్యిమని చక్కర్లు కొట్టినట్టుగా తిరిగింది. వెళ్ళిపోతూ ఆమె వాడిని ఒకసారి వెనక్కి తిరిగిచూడటం వాడికి చాలా ఊరటనిచ్చింది.

కెనడా వచ్చాక వాడికి ఆత్మహత్య ఆలోచన వచ్చింది రెండు సార్లే. అండర్‌గ్రౌండ్ రైలు కింద పడాలని ఎప్పుడో తీర్మానించుకున్నా, ఏ రైలు, ఏ స్టేషన్ అన్నవి మాత్రం ఆరోజు ఆమెను చూశాకే నిర్ణయించుకున్నాడు. శరణార్థి పౌరసత్వం కోరుతూ వేసిన కేసుని జడ్జ్ కొట్టివేసిన రోజు ఆత్మహత్య చేసుకోవాలనే అనుకున్నాడు. అయితే లాయర్ అప్పీల్లో గెలిచేయొచ్చు అని ఆశపెట్టాడు. ఏడో ఇంటర్వ్యూలో ఉద్యోగం రానప్పుడు కూడా ఆత్మహత్య చేసుకోవాలనుకున్నాడు. ఆ ఇంటర్వ్యూ ఒక విచిత్రమైన అనుభవం. ఇంటర్వ్యూ చేసిన వ్యక్తి ఎత్తయిన కుర్చీలో కూర్చుని ప్రశ్నలు అడిగాడు.

"ఈ అప్లికేషన్ ఫార్మ్ మీరే పూర్తి చేశారా?"

"అవును. నేనే చేశాను."

"మీరు వేసుకునున్న దుస్తులు మీవేనా?"

(అరే, ఎలానో కనిపెట్టేశాడు! అవును, అవి అరువుకు తెచ్చుకున్న దుస్తులే!)

"ఈ దుస్తులు నావే."

"ఈ అప్లికేషన్‌లో ఉన్న ఫోటో మీదేనా?"

"అవును. అది నేనే!"

కాసేపు అతను ఏమీ అడగలేదు. తరవాతి ప్రశ్నని తన బుర్రలో తయారు చేసుకుంటున్నాడు. ఈ సమయాన్ని వృథా చేయడం ఇష్టంలేక వీడు, "ఈ రోజు షేవింగ్ కూడా నేనే చేసుకున్నాను. తల దువ్వుకున్నది కూడా నేనే!" అన్నాడు.

ఏమయిందో ఏమో ఆ ఉద్యోగం మాత్రం రాలేదు. ఏడు సార్లు అలా అయినాక ఎనిమిదో ప్రయత్నంలో దొరికింది ఈ కలప మిల్లులో ఉద్యోగం.

మిల్లులో పనిచేస్తున్నప్పుడు తప్ప మిగతా టైమంతా వాడు ఆ రైలు అమ్మాయి కోసం వెతికేవాడు. ఆమెను చివరిగా చూసిన రోజును గుర్తు చేసుకున్నాడు. ఆ రోజు రైల్లో ఎక్కువమంది జనం లేరు. వాడు ఎక్కినప్పుడు ఆమె ఆ పెట్టెలో కూర్చుని ఉంది. ఎప్పట్లాగే క్లాసుపుస్తకం చదువుకుంటూ చెవుల్లో ఇయర్‌ఫోన్‌లు పెట్టుకుని పాటలు వింటోంది. కన్నులూ చెవులూ వేరేవేరే పనుల్లో ఉంటే చేతులు అప్పుడప్పుడూ కాగితాలు తిప్పుతున్నాయి. ఇంకో నాలుగు స్టేషన్‌లు దాటాక దిగి వెళ్ళిపోతుంది. ఏ నిముషమైనా అనుకోని ఓ సంఘటన జరగవచ్చు.

తరువాతి స్టేషన్‌లో రైలు ఆగగానే కళ్ళులేని ఒక వ్యక్తి కుక్కని పట్టుకుని రైలెక్కాడు. కుక్క అతనిని తీసుకుని సీటు కోసం చూసింది. ఆ అమ్మాయి వాళ్ళకి చోటిచ్చి మరో సీటుకు వెళ్ళింది. అప్పుడు ఆమె ఫోను కిందపడిపోయింది, వాడికి

దగ్గరగా. వాడు దాన్ని తీసి ఆమెకందించాడు. ముందుకు ఉబ్బిన పెదవులను కొద్దిగా తెరచి పెగలని గొంతుతో 'థ్యాంక్స్!' అంది. శబ్దం గాలిలోనే కలిసిపోయినా ఆ పెదవుల కదలికతో శబ్దం చెవిలోకి చేరినట్టు ఊహించుకున్నాడు. ఆ ఒక్క క్షణం ఆమె కళ్ళు పెద్దగా చేసి అతనికేసి దగ్గరగా చూసింది. ఆ చూపులో ఓ స్నేహం కనిపించింది. దాన్నే పదేపదే తలచుకుంటూ వాడు ఓ వారం రోజులు గడిపేశాడు.

ఈ రైలు అమ్మాయి మర్మం అంతుపట్టలేదు. ఏ రైల్లో ఎప్పుడొస్తుందో తెలియటంలేదు. ప్రతి రోజూ రైలెక్కే ముందు వాడు మనసులో ఒక శపథం చేసుకుంటాడు. ఒక పలకరింపు వాక్యం రిహార్సల్ చేసుకుంటాడు. అయితే అది ఆమెతో చెప్పే సందర్భమే దొరకదు. అనుకోకుండా ఎప్పుడైనా అది జరిగి వాడి జీవితమే మారిపోవచ్చు. మిలానో స్టేషన్‌లో అలానే జరిగింది.

సోమాలీ, వాడూ ఒక బెంచి మీద ఏం చేయాలో దిక్కుతోచక దిగులుగా కూర్చునున్న ఒకరోజు దేవుడు పంపిన దూతలా ఒకతను వచ్చాడు. చక్కగా బట్టలు కట్టుకునున్నాడు. భుజానికి ఒక లెదరు బ్యాగు. వాళ్ళ మనసుల్లో మాటని చదివినవాడిలా, 'మీకు షిప్పులో ఉద్యోగం చెయ్యాలనుందా?' అనడిగాడు. 'సార్! దానికోసమే మేము దేశాంతరం వచ్చి ఇలా తిరుగుతున్నాం" అని చెప్పారు. ఆ మనిషి సంచిలోనుండి కొన్ని ఫారాలు తీసి వాళ్ళ భాషలో వివరాలు పూర్తి చేసి వీళ్ళ దగ్గర సంతకాలు తీసుకున్నాడు. చెరి ఐదువందల డాలర్లు కట్టమన్నాడు. వాళ్ళిద్దరి దగ్గర అంతలేవు. మిగిలిన డబ్బు ఒక నెలలో ఇస్తామని రాయించి సంతకాలు తీసుకున్నాడు. 'ఇక్కడే ఉండండి. షిప్పు ఏజెంట్‌ని తీసుకొస్తాను...' అని వెళ్ళినవాడు తిరిగిరానేలేదు. వాడు అప్పుడు తెలుసుకున్న పాఠం ఏంటంటే, తెల్లగా ఉన్నవాళ్ళు కూడా మోసం చేస్తారని!

'ఇటలీలో అతి పెద్ద స్టేషన్ మిలానో. అక్కడికి వెళ్దాం, ఏదైనా దారి దొరకుతుంది,' అన్నాడు సోమాలీ. టికెట్ లేకుండా రైలెక్కి మిలానో వచ్చిచేరారు. అంత బ్రహ్మాండమైన స్టేషన్‌ని వాడు అప్పుడే చూశాడు. ఒకటే హడావిడి, ప్రయాణీకుల మాటల హోరు ఒక జడివానలా. అక్కడనుండి యూరపులో ఏ దేశానికైనా ప్రయాణం చెయ్యొచ్చు. బార్సిలోనా, జూరిక్, ఫ్రాంక్‌ఫర్ట్ అంటూ రైళ్ళ రాకపోకలతో అంతా తిరునాళ్ళలా ఉండింది. ఒక బెంచి మీద కూర్చుని ఇద్దరూ మళ్ళీ భవిష్యత్తు గురించి మాట్లాడుకున్నారు. చేతిలో డబ్బుల్లేవు. భాష రాదు. మహేశ్ పైకి చూశాడు. పైన గోడమీద 12 రాశుల శిల్పాలు రాతిలో చెక్కబడి కనిపించాయి. ఎంత గొప్పగా ఉన్నాయో! ఎవరో ఒక శిల్పి, ఎప్పుడో ఎవరికోసమో చెక్కిన శిల్పాలు. వాడిది తుల రాశి. త్రాసు సమానంగా ఉంది. అది తన భవిష్యత్తు గురించి ఏం చెప్తుందా అని

అటే చూస్తుంటే, ఈ బక్క పిశాచం సోమాలీగాడు, పొట్ట పట్టుకుని 'నేను చచ్చిపోబోతున్నానూ...' అని అరిచాడు.

మొదటిసారి కలిసినప్పుడు సోమాలీ చిన్న చిన్న వాక్యాలతో ఇంగ్లీష్ మాట్లాడాడు. గ్రీస్ దేశపు ఇమిగ్రేషన్ అధికారిలా చాలా ప్రశ్నలు అడిగాడు. ఇప్పుడు మూడు రోజులుగా ఇద్దరూ పస్తు. చేతిలో డబ్బుల్లేవు. నీళ్ళు మాత్రం తాగి ప్రాణాలు నిలుపుకుంటున్నారు. మాట్లాడుతూనే అప్పుడప్పుడూ సోమాలీ పొట్టని అదుముకుంటూ ముడుచుకుపోయి ఏడుస్తుండేవాడు. కాని, కనిపించిన వాళ్ళందర్నీ తన ప్రశ్నలతో తొలిచేసేవాడు. అలా ఒకరోజు ఎంతో అపురూపమైన సమాచారం సేకరించుకొచ్చాడు. 'ఆరు మైళ్ళ దూరంలో మేరీమాత చర్చ్ ఒకటి ఉంది. అక్కడ రోజుకొక రకమైన తిండి పెడతారు.'

రోజూ రెండు గంటలు నడిచి వెళ్ళేవాళ్ళు. అక్కడ ఫాదర్ ఒక చిన్న కిటికీ ద్వారా తిండి పొట్లాం అందిస్తాడు. ముందు తెల్ల రెఫ్యూజీలు, ఆ తర్వాతే నల్ల రెఫ్యూజీలు. అడుక్కుతినేప్పుడు కూడా తెల్లవాళ్ళదే అగ్రస్థానం అన్న మరొకసత్యం కనుగొన్నాడు ఆ రోజు వాడు. మళ్ళీ రెండు గంటలు నడిచి స్టేషన్‌కి వచ్చేలోపే సోమాలీ, పొట్ట పట్టుకుని 'ఆకలి, ఆకలి' అని అల్లాడేవాడు. 'రేపటిదాకా ఉండను. చచ్చిపోతాను' అని సోమాలీ చెప్పిన ప్రతిసారీ మహేశ్‌కు భయం పట్టుకునేది. అంత నొప్పిలోనూ ఉన్నట్టుండి లేచి వెళ్ళి ఒక ప్రయాణికుణ్ణి పట్టుకుని, 'ఈ రైలు ఎక్కడికెళ్తుంది? అక్కడికి చేరుకోడానికి ఎన్నిగంటలు పడుతుంది?' అని ప్రశ్నలతో విసిగించేవాడు. వాడి దగ్గర చాలా ప్రశ్నలుండేవి. ఇల్లు కాలిపోతున్నప్పుడు కూడా పైన హెలికాప్టర్ నుండి ఎవరైనా ఓ తాడు కిందకి విసిరితే, ఓ నాలుగు ప్రశ్నలైనా అడగకుండా ఆ తాడుని పట్టుకోడేమో!

చర్చ్‌లో తింటున్నప్పుడు మాత్రం వాడి కళ్ళు చెమ్మగిల్లేవి. 'నేను చదువుకోలేదు. మా ఇంట్లో ఉన్న పుస్తకాల సంఖ్యకంటే పిల్లల సంఖ్యే ఎక్కువ!' అనేవాడు. వాడు చివరిగా మాట్లాడిన వాక్యం, 'నువ్వు మీవూరికెళ్ళిపో. లేదంటే చచ్చిపోతావు...' ఆ మరుసటి రోజున వాడిక కనిపించలేదు. చెప్పాపెట్టకుండా మాయమైపోయాడు. వాడు ఆత్మహత్య చేసుకున్నాడా, మరో దేశానికి వెళ్ళిపోయాడా అనేది తెలియదు. ఎముకలు తేలిన దేహంతో మెల్లగా కదులుతూ సోమాలీ ప్రయాణికుల వెంటబడే దృశ్యమే మనసులో చెక్కు చెదరకుండా నిలిచిపోయింది. ఆరునెలలు గడిచాక ఒక విషయం అర్థమయింది – ఈ ప్రపంచంలో పస్తులుంటూ ఎవరూ చచ్చిపోలేరు. ఏదో ఒక రూపంలో చివరిక్షణంలో ఎక్కడనుండో ఒక సాయం అందుతుంది. ఒకరోజు అనుకోకుండా అద్దంలో ఒక ఆకారం చూసి బిత్తరపోయాడు వాడు. అది వాడిదే!

బక్కచిక్కిపోయిన శరీరానికి కర్రకు వేలాడినట్టుగా బట్టలు వేలాడుతున్నాయి. ఇరవైనాలుగు ప్లాట్‌ఫారాలలో రోజుకి ఐదొందల రైళ్ళు, నాలుగు లక్షల ప్రయాణీకులూ రాకపోకలు సాగించే మిలానో స్టేషన్‌లో వాడు ఒకరోజు బెంచ్ మీద కునుకు తీస్తుంటే మొట్టమొదటిసారి ఒక తమిళమాట వినిపించింది. కళ్ళు తెరిచిచూస్తే పచ్చని స్కార్ఫ్ తలకు చుట్టుకున్న ఒక తమిళ యువతి నిల్చుని ఉంది.

స్టేషన్‌లో వాడి ముందు నిల్చునున్నది ఒక శ్రీలంక అమ్మాయి. 'అన్నా, ఈ టికెట్ చూడండి. నేను ప్యారిస్‌కు వెళ్ళాలి. అక్కడ మా అక్కవాళ్ళు ఉన్నారు. నన్ను ప్యారిస్ వెళ్ళే రైల్లో ఎక్కించగలరా?' అని అడిగింది. ఆమె పాస్‌పోర్ట్, వీసా, టికెట్ అన్నీ సరిగ్గానే ఉన్నాయి. మంచి తిండి తినటం వలన ఆరోగ్యంగా మెరిసిపోతోన్న ముఖం! వాడిలా పస్తులుండి ఎముకలు తేలిన ముఖం కాదు. 'చెల్లెమ్మా, ఒక రొట్టె కొనిస్తావా!" అనడిగాడు. వాడికి ఒకటి కొనిచ్చి తానూ ఒకటి కొనుక్కుని తిన్నది. 'మీరెవరు?' అనడిగాడు. ఆమె చెప్పిన జవాబుకు అదిరిపడ్డాడు. వాడి జీవితంలో ఇలాంటొక జవాబు ఎన్నడూ వినలేదు. 'మా ఊరిని మిలిటరీ ఆక్రమించుకుంది. నేను కావడానికి తమిళమ్మాయినే. నా లోపల మాత్రం ఒక సింహళీ బిడ్డ పెరుగుతూ వుంది!' అంది. తర్వాత ఇద్దరూ ఏం మాట్లాడుకోలేదు. ఆమెను ప్యారిస్ రైలు ఎక్కించాడు. ఆమె ప్యారిస్ చేరుకుందో లేదో మరి.

ఉత్తర దిక్కుకు వెళ్ళిన పక్షులన్నీ దక్షిణ దిక్కుకు ఎగిరిపోయాయి. శీతాకాలం మొదలైంది. ఒకటే మంచు. బట్ట కప్పిన చోటు, కప్పని చోటన్న తేడా లేకుండా రెంటినీ సరిసమానంగా చలి కొరికేస్తోంది. ఆ రోజు వాడికి మధ్యాహ్నం భోజనం దొరకలేదు. తెల్లవారుతూనే మొదలైన మంచు సాయంత్రం దాకా పడుతూనే ఉంది. తెల్లవారితే బుధవారం, తెల్లవారకపోయినా బుధవారమే. పైన మేషం నుండి మీనం దాక అన్ని రాశులూ వాడిని చూశాయి. తులరాశి వాడికి ఏదో మంచి సమాచారం చెప్తున్నట్టు తోచింది. ఇంతలో ఒక యువతిని ఓ పెద్దావిడ వీల్ చెయిర్‌లో కూర్చోబెట్టుకుని తోసుకెళ్తోంది. ఆ యువతి సినిమా స్టారేమో అన్నంత అందంగా ఉంది. ఆమె కాళ్ళకు ఖరీదైన మెత్తటి ఎరుపురంగు తోలు చెప్పులు! నడవలేని అమ్మాయికి ఇంత ఖరీదైన చెప్పులా అనుకున్నాడు మనసులో. అతని మనసుని చదివినట్టు ఆ వీల్ చెయిర్ అతని దగ్గరకు తిరిగొచ్చింది. ఆ యువతి తన పర్స్ తెరచి 1000లీరా నోటొకటి తీసి ఇచ్చింది. అది ఒక డాలరుకు సమానం. రెండు టీలు తాగొచ్చు. వాడు నిస్సంకోచంగా తీసుకున్నాడు. ఆరు నెలలుగా అవసరమున్నపుడల్లా చేయి చాచడం అలవాటైపోయింది మరి. ఆ అమ్మాయి వాడిని భిక్షగాడు అనుకుంది. ఆ రోజు రాత్రంతా తన స్థితిని తలచుకుని ఏడ్చాడు. తెల్లారగానే

ఆత్మహత్య చేసుకుందాం అనుకున్నాడు.

సోమాలీ మోకాళ్ళమీద తలవాల్చుకుని కూర్చుని ఉండటం గుర్తొచ్చింది. వాడుఎప్పుడూ ఒక ప్రశ్న అడిగేవాడు, "నిన్నొచ్చిందే అది... ఆకలి! అది ఈ రోజూ వస్తుందా?" అని. సోమాలీ ఎప్పుడూ ఆకలి మంటల్లో ఉండేవాడు. వాడిప్పుడు ఉండుంటే ఏదో ఒక ఉపాయం చెప్పుండేవాడు.

కుక్క చనిపోడానికి ఒక మంచి చోటును వెతుక్కునట్టే వాడూ వెతుక్కుంటూ ఒక సర్కస్ గుడారం దాటి వెళ్తుండగా, లోపల్నుండి ఒకడు పరుగెట్టుకుంటూ వచ్చి, 'పని ఉంది, చేస్తావా?' అని అడిగాడు. వాడు జవాబు చెప్పకుండా, 'అన్నం పెడతావా?' అని అడిగాడు. అలా రెండేళ్ళు అక్కడ పని చేశాడు. ఆ డబ్బుతో ఒక దొంగ పాస్‌పోర్ట్ తెచ్చుకున్నాడు. 'ఎక్కడికెళ్ళొచ్చు?' అని పాస్‌పోర్ట్ అమ్మినవాడి దగ్గరే సలహా అడిగాడు. కెనడా వెళ్ళమన్నాడు. అలా ఆత్మహత్యకు బయలుదేరినవాడు చివరికి కెనడా వచ్చిపడ్డాడు.

వాడికి చదువు చెప్పిన మాస్టారు ఎప్పుడూ ఒక మాట అనేవాడు, 'నువ్వు ఓడిపోలేదు నీ విజయాన్ని వాయిదా వేశావంతే!' అని. ఆ రోజు వాడు రెండు విజయాలను అందుకున్నాడు. కెనడా పౌరుడిగా సత్యప్రమాణం చెయ్యడానికి స్కేబరో సిటిజన్‌షిప్ హాల్‌లో రెండువందల మందిలో ఒకడిగా కాచుకుని ఉన్నాడు. తెల్లనిచొక్కా, కొలతలు ఇచ్చి కుట్టించుకున్న బూడిద రంగు కోటు, మెరుస్తున్న తోలుబూట్లు వేసుకునున్నాడు. సిటిజన్‌షిప్ జడ్జ్ వాళ్ళకు ఆహ్వానం పలుకుతూ, 'మీరు ఇక్కడికి వచ్చినప్పుడు మీకంటూ ఓ దేశం లేదు. మీరు ఇక్కడ నుండి ఏ దేశానికి వెళ్ళినా మీకంటూ ఒక దేశం ఉంది. అది కెనడా! అభినందనలు. వంగిన మేకులు పనికిరావు. తలెత్తుకుని నిలబడి, కుడి చేయి పైకెత్తి సత్యప్రమాణం చెయ్యండి!' అన్నాడు.

'కనక సభాపతి మహేశ్వరన్ అయిన నేను కెనడా రాణియైన గౌరవనీయులు రెండవ ఎలిజబెత్, ఆమె వారసులు, ఆమె తర్వాత వచ్చేవారికి, చట్టానికి, లోబడి విశ్వాసబద్ధుడనై, దేశభక్తిగల వాడిగా ప్రవర్తిస్తానని ప్రమాణం చేస్తున్నాను!'

'ఓ కెనడా!' జాతీయ గీతం వాయించబడుతున్నప్పుడు ఆమెను చూశాడు. రైలు అమ్మాయి! పెదవులు విప్పి స్వేచ్ఛగా, సంతోషంగా గొంతెత్తి పాడుతోంది. అద్దంలాంటి పలుచని చీర చుట్టుకునుంది. పక్కన కన్నవాళ్ళు. తమ్ముడులాంటి ఒకచిన్న పిల్లాడు కెనడా జెండా చేతిలో పట్టుకుని పక్కన నిల్చున్నాడు. ఆమెను చూశాడు. ఆమె కూడా చూసింది. ముందుకు ఉబ్బిన ఆకర్షణీయమైన పెదవుల్లో చిరునవ్వు. వాడి కాళ్ళిప్పుడు వణకలేదు. వాడి పెదవుల్లోనూ ఇప్పుడు ఒక కెనడా నవ్వు విరిసింది.

ఆమె కూడా జవాబుగా నవ్వింది. ప్రపంచంలో అన్ని దేశాలలోను, అందరి మనుషుల మధ్య, అన్ని భాషల్లోను, అన్ని పడక గదుల్లోను కనీసం ఒక్కసారైనా చెప్పబడిన ఒక వాక్యం ఉంది. ఆ వాక్యాన్ని పెదవుల్లో పెట్టుకున్నాడు.

ఆమెకేసి నడిచాడు.

[మూలం: "రయిల్ పెణ్". **2012** ఆనంద వికడన్ దీపావళి ప్రత్యేక సంచికలో ప్రచురితమైనది.]

ఓడిపోయిన యోధుడు

వచ్చే ఆదివారం నుంచి అతని ప్రియురాలిగా ఉండేందుకు ఆమె ఒప్పుకుంది. ఆదివారానికి ఇంకా మూడు రోజులే ఉన్నాయి. అందాకా ఓర్చుకోవడం వాడికి కష్టమైన పనే. ఆ కాబోయే ప్రేయసి వెంటనే దొరకకపోవడంలో ఓ చిక్కుంది. ఆమెకో ప్రియుడున్నాడు. వాడికి బదిలీ కావడంతో 2000మైళ్ళ దూరం వెళ్ళిపోతున్నాడు. మరిక తిరిగిరాడు. దాంతో వాళ్ళిద్దరు మనస్ఫూర్తిగా విడిపోవాలనుకొని వచ్చే ఆదివారమే వీడ్కోలు చెప్పుకోబోతున్నారు. ఆ తర్వాత ఆమె వీడి ప్రియురాలు అయిపోతుంది.

ఆమె ఒక ఆడ కుక్కను తీసుకుని వాకింగ్‌కి వచ్చినప్పుడు వాళ్ళకి తొలిసారి పరిచయమయింది. రోజూ అదే దార్లో, అదే సమయానికి ఆ స్పానియెల్‌ను తీసుకొస్తుంటుంది. ముదురు గోధుమరంగు కాళ్ళు, వేలాడుతున్న పొడవైన చెవులూ ఒత్తుగా బారుగా బొచ్చుతో ఆ కుక్క చూడటానికి చాలా ముద్దుగా ఉంటుంది. బాగా మచ్చిక చేయబడి మంచి ప్రవర్తన నేర్పించబడిన కుక్క. చేతిలోని గొలుసును ఆమె ఎటు లాగితే అటు బుడిబుడి అడుగులేసుకుంటూ నడుస్తుంటుంది. వాడు తీసుకొచ్చే మగకుక్క ఒక జర్మన్ షెపర్డ్. ఖరీదైన శిక్షణలు పొందిన కుక్క. ఒక గడ్డిపరకక్కూడా హానిచేయదు, మొరగదు. కళ్ళు మూసుకుని ఉన్నా భయానకంగాతోచే గుండ్రటి నల్లటి కనుబొమ్మలు. ఆ కుక్క పేరు జాక్. ముందుగా ఆ కుక్కలే కలుసుకొని ఒక్కదాన్నొకటి వాసన చూసుకుంటూ మొఖాలు రాసుకున్నాయి.

ఆమే ముందుగా 'హాయ్' అంది. వీడూ చెప్పాడు.

"మీ కుక్క జుట్టు తళతలా మెరిసిపోతోంది!" అన్నాడు.

"థాంక్యూ!"

"మీ కుక్క పేరేంటి?"
"జెనిఫర్."
"క్షమించండి, కుక్క పేరడిగాను."
"దాని పేరే జెనిఫర్." అందామె నవ్వుతూ.

"మీది చాలా అందమైన నవ్వు. అంత తెల్లటి పళ్ళని అన్యాయంగా పెదాలతో మూసిపెట్టుకున్నారు!" వాడి అబద్ధాల తొలి ఇటుక పేర్చడం ఇలా మొదలైంది. ఆ తర్వాత ఇటుకమీదఇటుకగా పేర్చుకుంటూ పోయాడు. అవి కూలిపోకూడదని ఇంకా ఇంకా పేర్చుకుంటూ ఒక భవనమే నిర్మించేశాడు. అది వాడి సొంతకుక్క కాదని, తాను జీతానికి కుక్కల్ని వాకింగ్ చేయించే పని చేస్తున్నాడనీ చెప్పలేదు. ఐదు ఇళ్ళల్లో, ఇంటికో కుక్క చొప్పున ఐదు కుక్కల్ని రోజూ నడకకి తీసుకెళ్ళడమే తనపని అని, అలా వచ్చే జీతం డబ్బులతోనే తన నెలవారీ ఖర్చులు జరుపుకుంటాడని వాడు చెప్పడం మరిచిపోయాడు.

ఆమె కలవారింటి అమ్మాయి. డిగ్రీ పూర్తి చేసింది, కంప్యూటర్లో బొమ్మలు గీస్తుంటుంది. ఒక చిన్నబాబు ఫోటో ఇస్తే ఇరవైయేళ్ళ తర్వాత వాడెలా ఉంటాడో బొమ్మ గీసి ఇస్తుంది. అలాగే జంతువుల్ని ఊహించి బొమ్మలు గీయడంలో కూడా శిక్షణ తీసుకొంటోంది. పిల్లి, కుక్క, గుర్రం పోలికలు మార్చి గీసి చూడటం ఆమెకు నచ్చిన పని. తన కుక్కపిల్ల ఇంకో పదేళ్ళలో ఎలా ఉంటుందో బొమ్మగీసి ఫ్రేమ్ చేసి ఇంట్లో గోడకి తగిలించుకుంది.

ఆమె వచ్చే సమయాన్ని వాడు బాగా పసిగట్టాడు. మిగిలిన కుక్కల్ని వేరే సమయాల్లో వేరే దారుల్లో నడిపించేవాడు కానీ జర్మన్ షెపర్డ్ జాక్‌ని మాత్రం దానికి తానే యజమాని అన్న రీతిలో రోజూ అదే సమయానికి తీసుకొచ్చి ఆమెను కలుసుకునేవాడు. గొలుసులు విప్పేసి ఆ కుక్కలని ఆటలాడుకోనిచ్చేవాళ్ళు. ఆ గొలుసుని మెడలో వేసుకుని వంగి ఓ సారి తన ఒంటిని చూసుకునేది ఆమె. ఆ దృశ్యం వాడి నరనరాల్నీ ఉద్రేకపరిచేది. ఆమె ఒంటిమీద చెమటతడి వున్న ప్రదేశాల్లో తన ముఖాన్ని అదుముకోవాలనిపించేది వాడికి.

వాడి నాన్న రెండు పెళ్ళిళ్ళు చేసుకున్నాడు. కొంతకాలం జైల్లో ఉన్నాడు. కుక్కను పెంచుకుందామని వాడు ఎంత బతిమాలినా ఒప్పుకునేవాడు కాదు. ఆయనకి కుక్కల్ని పెంచడమంటే అసహ్యం. టీవీలో స్పోర్ట్స్ చానెల్స్ తప్ప మరో చానెల్ పెట్టేవాడు కాదు. ఎక్కువ మాట్లాడేవాడు కాదు. ఎప్పుడూ మౌనంగా ఉండేవాడు. ఆయన మౌనానికి రెండింతలుగా వాడూ మౌనం పాటించేవాడు.

వాళ్ళ నాన్న ఎప్పుడైనా నోరు తెరిచాడంటే అది ఆజ్ఞాపించడానికి మాత్రమే. వాడు ఇంట్లోంచి పారిపోయివచ్చింది కూడా అటువంటి ఒక ఆజ్ఞని పాటించని సందర్భంలోనే. ఇప్పుడు మొదటిసారిగా వాడి జీవితం సుడి తిరిగింది. ఒకేసారి రెండు అదృష్టాలు వరించాయి.

వచ్చే ఆదివారం నుండి ఆమె వాడికి ప్రియురాలు కాబోతోంది. రెండోది, జాక్ యజమాని కుటుంబం సెలవులకు విహారయాత్రకి వెళ్తోంది. ఆ రెండు వారాలూ వాడు వాళ్ళ ఇంట్లోనే ఉంటూ ఇంటిని కూడా చూసుకోవాలి. పైగా ఎక్కువ జీతం కూడాను. అన్ని రకాల వసతులూ ఉన్న ఆ ఇంట్లో ఉండటం అనేది తలచుకుంటేనే వాడిలో సంతోషం పరవళ్ళు తొక్కింది.

రకరకాల చెట్లతో పెద్ద తోట ఉన్న ఆ ఇంటికి తొలిసారిగా ఆమెను తీసుకొచ్చినప్పుడు ఆ ఇంటిని చూసి ఆమెకు ఎలాంటి ఆశ్చర్యమూ కలగలేదు. చాలా మామూలుగా సహజంగా ఉంది. ఎత్తు మడమల చెప్పులున్న కాళ్ళతో మెట్లమీద వాలుగా అడుగులేస్తూ రక్ రక్ అని శబ్దంచేస్తూ పైకి ఎక్కింది. ఓవర్ కోట్ తీసేసి, వెన్నుకు అతుక్కుపోయినట్టున్న పొట్ట కనిపిస్తున్న పలచని డ్రెస్‌లో ఒయ్యారంగా నడిచింది. ఆమె నుండి వెలువడిన కాంతి ఆ ఇంటికి మరింత వెలుగునిచ్చింది. తన చేతులను హారంలా వాడి మెడలో వేసి 'నా మూడో ప్రియుడా!' అని నవ్వుతూ ముద్దు పెట్టింది. తర్వాత వాడి చేయి పట్టుకుని నెమ్మదిగా ఇల్లంతా చుట్టి వచ్చింది.

"నువ్వు ఒక్కడివే ఉంటావా?" అడిగింది.

"చెప్పాను కదా? మా అమ్మ నాన్న వెకేషన్‌కి వెళ్ళారు. ఈ రెండు వారాలూ నేనే రాజుని, నువ్వే రాణివి!"

"నువ్వెందుకు వెళ్ళలేదు మైకల్?"

"నా పేరు మైకల్ కాదు," వాడు తన పేరు చెప్పాడు.

"నువ్వు వంట చెయ్యగలవా?"

"నేనివాళ పొద్దున ఏం తిన్నానో తెలుసా? ఫ్రోజెన్ ఎగ్!"

"ఫ్రోజెన్ ఎగ్గా!"

"బ్రహ్మాండంగా ఉంటుంది," అంటూ వాడు ఆ పదార్థం తయారీని వివరించసాగాడు. వాడు చెప్పే తీరుని కళ్ళార్పకుండా చూస్తూ విన్నది. మధ్య మధ్యలో తన ఎడమ రొమ్ముని పట్టీ పట్టీ సరిచేసుకుంది.

"కొంచం ఆగు, నేను సిగరెట్ కాల్చుకొస్తాను," అని వాడు వెళ్ళడానికి

లేచినప్పుడు ఆ తప్పు జరిగుండాలి. జన్మలో వాడికి లభించని ఓ గొప్ప తరుణం కలిసి వచ్చింది. ఇలాంటప్పుడు బోడి సిగరెట్ అవసరమా? అని వాడి మనసుకు తోచలేదు. ఇంటి యజమాని వాడికి ఇల్లు అప్పగిస్తూ మోజెస్ ఆజ్ఞల్లాగా మూడు విషయాలు చెప్పి వెళ్ళాడు: ఆ పెద్ద బంగ్లాలో ఎక్కడైనా తిరగొచ్చు, కానీ యజమాని బెడ్‌రూమ్ లోకి మాత్రం వెళ్ళకూడదు. రెండవది వాడికున్న సిగరెట్ అలవాటు దృష్ట్యా చెప్పబడినది. ఎన్ని సిగరెట్లయినా కాల్చుకోవచ్చు కాని ఇంటి బయట మాత్రమే. మూడోది ముఖ్యమైనది: ఎంత తలపోయే పనున్నా సరే, సరిగ్గా ఆరు గంటలకి (5:55కి కాదు, 6:05కీ కాదు) జాక్‌కి డిన్నర్ పెట్టాలి.

జాక్‌కి పెట్టవలసిన డ్రై ఫుడ్ ప్యాకెట్లను, కొలత కప్పుని చూపించాడు యజమాని. ఫ్రిడ్జ్‌లో వాడికి కావలసిన ఆహార పదార్థాలున్నాయి. బార్ కౌంటర్‌లో బీర్, రకరకాల వైన్లు ఉన్నాయి. జిమ్, స్విమ్మింగ్ పూల్, వందలాది పుస్తకాలు, 50 ఇంచిల టీవీ, హోమ్ థియేటర్ – ఇలా వాడిని ఆహ్లాదపరచటానికి అన్నీ ఉన్నాయి. ఇప్పుడు ఆమె కూడా ఉంది.

"బుద్ధిగా ఉండు!" వాడు ఆ మాటని జాక్‌కి చెప్పాడా ఆమెకు చెప్పాడా తెలియదు. వాడు నడిచి వెళుతుంటే నడవాలో ఉన్న లైట్లు వాడి జాడ తెలియగానే వెలిగి, దాటిపోగానే ఆరిపోయాయి.

ఆమె చుట్టూ చూసింది. ఆమెకు నచ్చుతుందని వాడు వండి పెట్టిన జపనీస్ వంటకాలు ఓ గొప్ప నైపుణ్యంతో ఆ టేబిల్ మీద అలంకరించబడి ఉన్నాయి. అందులో ప్రత్యేకమైనది సూషీ. సన్నటి వరియన్నాన్ని రోల్ చేసి ఆల్గే, ముల్లులేని చేపమాంసం పెట్టి తయారు చేసినవి. ఓ పింగాణీ ప్లేట్లో గుండ్రంగా పేర్చబడున్నాయవి. పక్కనే ఓ గిన్నెలో దానితో నంజుకు తినడానికి సాస్.

ఆ ఇల్లు ఆమెకు బాగా నచ్చింది. అది కట్టిన తీరు కొత్తగా, మనుషుల సౌకర్యాల కోసం కట్టినట్టు కాకుండా ప్రత్యేకించి పక్షుల కోసం, పెంపుడు జంతువుల కోసం, మొక్కల కోసం కట్టినట్టు అనిపిస్తోంది.

ఆమె దృష్టి పడక గది మీదకో, లివింగ్ రూమ్ మీదకో, హోమ్ థియేటర్ మీదకో వెళ్ళలేదు. లైబ్రరీ మీద పడింది. రకరకాల ఇండోర్ ప్లాంట్లు, అల్లించిన తీగెలతో అలంకరించబడిన లైబ్రరీ. గాజు కిటికీల్లోంచి బయట విరగబూసివున్న టూలిప్స్ అన్ని రంగుల్లోనూ. కిటికీకి అంటించిన తేనె గిన్నెల్లోని తేనె తాగిన పిచ్చుకలన్నీ ఒక్కసారిగా లేచి ఎగరడం తిరిగిరావడం – ఎంత అద్భుతమైన దృశ్యమో!

మేజామీద లోహంతో చేయబడిన గుర్రపు యోధుడి శిల్పం ఒకటి ఉంది. ఆ గుర్రం ముందరికాళ్ళు రెండూ గాల్లో ఉన్నాయి. దాని అర్థం ఆ యోధుడు యద్ధంలో మరణించాడని. ఒక కాలు మాత్రమే గాల్లో ఉంటే యోధుడు యుద్ధంలో గాయపడ్డాడని అర్థం. నాలుగు కాళ్ళూ నేలమీదుంటే గుర్రమూ, యోధుడూ ఇద్దరూ కూడా యుద్ధంలో గాయపడలేదు, చావలేదు అని. ఆమె ఎప్పుడో చదివిన ఈ వివరాలు గుర్తొచ్చాయి. వాడువచ్చాక ఆ యోధుని పేరు అడగాలనుకుంది.

ఒకవైపు గోడమీద ఫ్రేముల్లో ఫ్యామిలీ ఫోటోలున్నాయి. అన్ని ఫోటోల్లోనూ కాళ్ళ దగ్గర ఓ కుక్క ఉంది. జాక్ రాక ముందు ఆ కుక్కలు ఉండి ఉండచ్చు. ఫోటోల్లో ఉన్నదల్లా ఓ భర్త, భార్య, ఒక పాప మాత్రమే. ఒక్కో ఫోటోలోనూ ఆ పాప ఎదుగుతూ ఉంది. ఒక్క ఫోటోలోనూ వాడు లేకపోవడం ఆమెకు ఆశ్చర్యం వేసింది. ఫోటోలో ఉన్న కుక్కపిల్లని పెద్దయినట్టు బొమ్మ గీస్తే ఎలా ఉంటుందని మనసులోనే ఊహించింది. అది జాక్ జాడలతో లేదు. వెండితో చేయబడిన రెండు కలశాల వంటివి ఉన్నాయి. దానిమీద చిన్న అక్షరాలతో లిటిల్ ఫ్లవర్ కంపెనీ అని రాసివుంది. ఆమె ఆశ్చర్యం పెరుగుతూ పోయింది.

వాడు వచ్చేలోపు స్నానం చేద్దాం అనుకుంది. రెడీగా ఉండి వాడిని సర్‌ప్రైజ్ చేయ్యొచ్చు. ఒక కాలి చెప్పుని మరో కాలి మడమ సాయంతో తీసి దాని పై అంచుని బొటనవేలితో పైకెత్తి పెండ్యులంలా ఊపి నవ్వుకుంది. ఆపైన కాలితోనే గోడవైపుకు విసిరింది. అది గోడకి కొట్టుకొని నేలమీద పడింది. మరో చెప్పునీ కాలితోనే తీసి విసిరింది. ఒంటిమీదున్న దుస్తులు విప్పి స్నానం చేసి వదులుగా ఉన్న బాత్ రోబ్ తొడుక్కుంది. వాటి నాడాలను కట్టుకోలేదు. దాచుకోవాల్సిన కనీస భాగాలను మాత్రమే కప్పింది ఆ రోబ్. బాత్రూమ్ నుండి బయటకి వచ్చిన ఆమెను చూస్తున్న వాడి మొహంలో దయ్యాన్ని చూసిన వాడిలాంటి కవళికలు కనిపించాయి ఆమెకు.

ఎట్టి పరిస్థితిలోనూ ప్రవేశించకూడదని యజమాని అన్నది ఈ గదిలోకే. అయితే ఈ చిన్న సమస్య గురించి ఇలాంటి మంచి తరుణంలో ఆలోచించనక్కర్లేదనుకున్నాడు. రెండు చేతులూ చాచి రా అని పిలవగానే ఆమె పరిగెత్తుకుంటూ వచ్చి వాడి కౌగిట్లో ఒదిగిపోయింది.

భోజనాల బల్లమీద రెండు ప్లేట్లు, రెండు ఎర్రటి న్యాప్కిన్లు మడిచిపెట్టి ఉన్నాయి. నీలి రంగు కొవ్వొత్తులు క్రిస్టల్ స్టాండ్స్ మీద అమర్చబడున్నాయి. అవి సువాసనలు వెదజల్లుతూ వెలుగుతున్నాయి. ప్లేట్ల చుట్టూ వెండి కట్లెరీ. ఖరీదైన చల్లటి వైన్, తాగటానికి గ్లాసులు. ఈ మంచి సందర్భాన్ని ఎలాగో అర్థం చేసుకున్న

జాక్, జెనిఫర్‌లు ఎలాంటి ఇబ్బందీ కలిగించకుండ గమ్మున ఆడుకుంటున్నాయి.

పరుపుమీద కాళ్ళు చాపుకుని కూర్చున్నాడు వాడు. వాడి మోకాళ్ల మీద తన పిరుదులు ఆన్చి కూర్చుంది ఆమె. తర్వాత వాడి బుగ్గలు చేతుల్లోకి తీసుకుని "ముందుగా ఆ గుర్రపు యోధుడి పేరు చెప్పు," అన్నది.

"ఏ గుర్రపు యోధుడు?"
"లైబ్రరీ రూములో ఉన్న గుర్రపు యోధుడే!"
"ఓ!"
"ఏంటి ఓ?"
"అదా? నాకు పేరు గుర్తులేదు."
"సరే జాక్‌కి ముందు ఎన్ని కుక్కలు ఉండేవి?"
"ఎవడికి తెలుసు?"
"జోకులాడకు మైకల్."
"నా పేరు మైకల్ కాదు." వాడి పేరు చెప్పాడు.
"సరే పోన్లే. జాక్‌కి ముందుగా ఉన్న కుక్కల పేర్లేంటి?"
"పేర్లా?"
"రెండు కుక్కలున్నాయిగా? ఫోటోలో చూశాను."
"ఓ!"
"ఏంటి ఓ?"

"గుర్తులేదు." వాడిలో కంగారు మొదలైంది. ఏంటీ ఈ పిల్ల ఈ సమయంలో ప్రశ్నలడుగుతోంది అని.

"అవి గుర్తొస్తే నీకు బాధేస్తుందా, ఏడుపొస్తుందా?"

"అవును." వాడు సంతాప సమయంలో అవనతం చేయబడిన దేశపు జండాలా కళ్ళను దించి దుఃఖం నటించాడు.

"అవి ఎలా చనిపోయాయి?"
"ఏవి?"
"నీ కుక్కలు."
"ఓ!"
"ఏంటి అన్నిటికీ ఓ అంటావు?"
"డార్లింగ్, ఇదేంటి ఈ క్రాస్ ఎగ్జామినేషన్? ఇంత మంచి అవకాశాన్నీ

సమయాన్నీ వృధా చేస్తూ? దగ్గరకు రా!" అని కవ్వింతగా చెప్పి ఆమెను పొదుముకునే ప్రయత్నం చేశాడు. ప్రశ్నలు ఒక క్లిష్టమైన దిశలోకి ప్రయాణిస్తుండటమూ, నూలుపోగంతలో తప్పించుకోవడమూ వాడిలో భయాన్ని పెంచుతున్నాయి.

"నేనెక్కడికీ పారిపోను. మొన్నటి ఆదివారం నుండి నువ్వేగా నా ప్రియుడివి? ఈ దేహం, నా అందాలు అన్నీ నీవే. ఈ ప్రశ్నకు మాత్రం జవాబు చెప్పేయ్. అది తెలుసుకునేంత వరకు నాకు మూడ్ తిరిగి రాదు."

"సరే, ప్రశ్న ఏంటి?"

"ఇడియట్! ఆ కుక్కలు రెండూ ఎలా చనిపోయాయి? ఒకటి 1980లో చనిపోయింది, మరోటి 1991లో చనిపోయింది. దయచేసి చెప్పు, నాకు ఏడుపొస్తుంది." ఆమె వెక్కి వెక్కిఏడ్చేందుకు సిద్ధంగా ఉంది.

"నా బుజ్జివి కదూ ఏడవకు, బుజ్జిముండవి కదూ... ఏడవకు. నువ్వెలా చెప్పగలిగావు, అవి చనిపోయిన సంవత్సరాలు?"

"ఆ సిల్వర్ పాట్స్ చూశాను. వాటిమీద లిటిల్ ఫ్లవర్ కంపెనీ అని పేరు వుంది. అది కుక్కలను క్రిమేట్ చేసే కంపెనీ కదా?"

అబద్ధాలు వాటికి విధించబడిన గరిష్ఠపు ఎల్లలను చేరుకున్నాయి. రెండు సైజులు పెద్దదయిన బాత్ రోబ్‌లో ఉన్న ఆమెను దగ్గరకు లాక్కున్నాడు. అతని పొట్ట ఆమె పొట్ట వ్యతిరేక ధృవాల అయస్కాంతాల్లా అతుక్కున్నాయి. కుడి చేత్తో ఆమె ఒంటిలోని చెమ్మ ప్రదేశాలను వెతుకుతూ అన్ని నిజాలనూ చెప్పేశాడు.

పగటి పూట మెరుపులా ఆమె మంచం మీదనుండి ఒక్కసారి లేచి కిందకు దూకింది. నిల్చున్నచోటనే బాత్ రోబ్‌ని కుప్పగా జారవిడిచింది. ఆమె నున్నటి పొడవైన కాళ్ళు అద్భుతమైన ఓ నల్లటి త్రికోణం దగ్గర కలవడాన్ని చూశాడు. వాడు ఊపిరిపీల్చుకోవడం కూడా వీలుకానంత నిస్సహాయుడిలా అయిపోయాడు.

"ప్లీజ్, ప్లీజ్... అన్నిటికి కారణాలున్నాయి" అని బతిమలాడుతూ ఆమె వెనకవెళ్ళాడు. ఈ సమయం కోసం ఈ వారం రోజులుగా ఎంత ఎదురు చూశాడు! ఎన్నో కలలు కన్నాడు, పొద్దున్నుండి ఎంతో శ్రమ తీసుకుని అన్నీ తయారుచేసి ఉంచాడు. ఆమె అందం వాడికి దగ్గరవుతుంది అనుకుంటున్నప్పుడు ఇలా అయింది.

యజమాని ప్రవేశించకూడదన్న ఆ గది, ఒక్క క్షణంలో నలిగిన దుప్పట్లతో, నిల్చున్నచోటనే కుప్పగా పడివున్న బాత్ రోబ్‌తో, పక్కటేబుల్ మీద ఉంచిన వైన్

గ్లాసులతో, అటొకటి ఇటొకటిగా విసిరి కొట్టిన చెప్పులతో వికారంగా ఉంది.

పొడవైన డ్రస్సు కింద నేలమీద నిలవలేని ఆమె తెల్లటి పాదాలు కనిపిస్తున్నాయి. ఆమె వంగి చెప్పులేసుకున్నప్పుడు డ్రెస్‌లో దాగున్న ఎత్తుపల్లాలు దర్శనమిచ్చాయి. ఆమె ముక్కు కోపంవల్ల ఎరుపెక్కి వికారంగా కనిపించింది.

"ఒక లవర్‌గా ఉండటానికంటే ఓ అబద్ధాలకోరుగా ఉండటంలోనే నీ తెలివితేటల్ని ప్రదర్శించావు!" అని కోపంగా తిరిగినప్పుడు అర్ధచంద్రాకారమున్న టేబుల్‌కి ఆమె తొడ బలంగా తగిలింది.

'జెనిఫర్!' తన కుక్కను గట్టిగా కేకేసింది.

చాలాసేపు అక్కడే ఉందాం అనుకున్న ఆ కుక్క గభాలున లేచింది. ఏదో జరగకూడనిది జరుగుతోందని పసిగట్టి ఆమె కాళ్ళమధ్యలో దూరి ఆమె చెప్పే తరువాయి ఆజ్ఞకోసం చూసింది. ఆమె వెదురుబద్దలాంటి వెన్నుని నేరుగా నిలిపి, చిరాకుగా ముఖం పెట్టి తన రెండు చేతులతో రొమ్ములను సర్దుకుని జుట్టు వెనక్కి తోసుకుని కాళ్ళు వెడల్పుగా పెట్టుకుని నడిచింది. ఇప్పుడు ఆమె నడకలో కూడా కోపం పరవళ్ళు తొక్కుతోంది. తలుపు తీసుకుని నడవాలోకి అడుగుపెట్టింది. ఆమె అడుగుల్లో భూమి గాయపడినా ఆశ్చర్యంలేదు. జాడ తెలియగానే వెలిగే లైట్లు ఆమె వెళుతుంటే ఒక్కోటి వెలిగి ఆమె దాటిపోగానే ఆరిపోయాయి.

వాడు ఆ పెద్ద పరుపుమీద వెల్లకిలా పడుకుని ఉన్నాడు. ఒడిలో యాష్ ట్రే. ఒంటె బొమ్మ ఉన్న సిగరెట్ పెట్టెనుండి ఒక్కో సిగరెట్ తీసి కాల్చి పీల్చిపీల్చి ఆ ట్రేలో బూడిద నింపుతున్నాడు. వాడు సిగరెట్ తాగే పనిలో ఉన్నట్టుగా అనిపించలేదు. ఆ ట్రేని బూడిదతో నింపడమే లక్ష్యంగా పెట్టుకున్నవాడిలా కనిపించాడు.

ఇప్పటివరకు వాడి జీవితంలో జరిగిన అతి పెద్ద పతనం ఇది. జాక్ గమ్మున పడుకుని ఉంది. అక్కడ జరిగిన కల్లోలం గురించి అది పట్టించుకున్నట్టు లేదు. దానికి వాడే ప్రస్తుత యుజమాని. అది నిన్నటి యుజమాని గురించి ఆలోచిస్తున్నట్టనిపించట్లేదు. రేపు తనకెవరు యజమాని అన్న చింతకూడా లేదు. పొద్దుటి ఆహారం గురించో, రాత్రి భోజనం ఎక్కణ్ణుండి వస్తుంది అన్న విషయాల గురించో దానికి తెలియదు. ప్రపంచం ఎలాగో తన ఇష్టానుసారమే సాగి తీరాలి అన్న ధోరణిలో నింపాదిగా పడుకుని ఉంది.

రెండు చేతులతోనూ కౌగిలించుకునేంత దూరంలో ఆమె పడుకున్న పరుపు మీద ఆమె వదిలి వెళ్ళిన జాడలు ఇంకా అలాగే ఉన్నాయి. ఆమెకే తెలీయకుండా

ఊడిన ఆమె వెంట్రుక ఒకటి ఆమెలో ఒక భాగంలా ఇక్కడే ఉండిపోయింది. ఆమె ఒంటినుండి వచ్చిన సువాసన ఇంకా అక్కడే తిరుగుతోంది.

ప్రపంచంలో ఒక్కొక్కరికీ అవసరమైన, అతి కొద్దిమందికే తెలిసిన వంటకాలు చెయ్యడమంటే వాడికి చాలా ఇష్టం. మూడు గంటలసేపు నిల్చుని ఆమెకోసం జపనీసు వంటకాలు చేశాడు. వాటిల్లో ఒక్కదాన్ని కూడా ఆమె రుచి చూడలేదు. ఎంతో శ్రద్ధగా సుకుమారంగా చుట్టిన సూషీ ఊరిస్తోంది ఆమె సొగసులాగ. కొవ్వొత్తి, విరబోసిన ఆమె జుట్టులా కరిగి కారిపోయుంది. పాత వైన్ ఇంకా పాతబడి చల్లదనం కోల్పోయి మామూలు స్థితికి చేరుకుంటోంది.

ఉన్నట్టుండి వాడికి గుర్తొచ్చింది, యజమాని విధించిన మూడు ఆజ్ఞలనూ తాను ఉల్లంఘించాడని. ఇక ఉల్లంఘించడానికి ఏమీ మిగల్లేదు. కుక్క డిన్నర్ సమయం సాయంత్రం ఆరు గంటలకి. అది దాటీ చాలా సేపయిపోయింది. శ్రేష్ఠమైన శిక్షణతో మంచి అలవాట్లు నేర్చుకున్న ఆ నల్ల కుక్క తన రెండు ముందరి కాళ్ళనూ చాపుకుని చెవులను దాచుకొని ముదురు గోధుమరంగు కళ్ళతో ఇంతసేపూ వాడినే దీనంగా చూస్తూ ఉంది.

[మూలం: పోరిల్ తొర్రుపోన కుదిరైవీరన్ (2001)]

www.ingramcontent.com/pod-product-compliance
Lightning Source LLC
LaVergne TN
LVHW091958210825
819277LV00035B/384